மீராசாது

மீராசாது

கே.ஆர். மீரா

தமிழில்

மோ. செந்தில்குமார்

எதிர் வெளியீடு

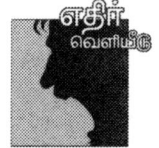

மீராசாது
கே.ஆர். மீரா
தமிழில்: மோ. செந்தில்குமார்

முதல் பதிப்பு: ஜனவரி 2023
இரண்டாம் பதிப்பு: ஜூன் 2024
மூன்றாம் பதிப்பு: ஜூலை 2025

எதிர் வெளியீடு,
96, நியூ ஸ்கீம் ரோடு, பொள்ளாச்சி – 642 002
தொலைபேசி: 04259 226012, 99425 11302

விலை: ரூ. 150

Mīrācātu
K.R. Meera
Translated by M. Senthilkumar

Copyright © K.R. Meera
Translation Copyright © M. Senthilkumar
First Edition: January 2023
Second Edition: June 2024
Third Edition: July 2025

Published by
Ethir Veliyeedu, 96, New Scheme Road, Pollachi – 2
email: ethirveliyedu@gmail.com
www.ethirveliyeedu.com

ISBN: 978-81-960244-1-3
Cover Design: Santhosh Narayanan
Printed at Jothy Enterprises, Chennai.

All rights reserved. No part of this book may be reprinted or reproduced or utilised in any form or by any electronic, mechanical or other means, now known or hereafter invented, including photocopying and recording, or in any information storage or retrieval system, without permission in writing from the Publisher.

மோ. செந்தில்குமார்
மொழிபெயர்ப்பாளர்

கோவை, மேட்டுப்பாளையம் அரசு கலை அறிவியல் கல்லூரியில் தமிழ்ப்பேராசிரியராகப் பணியாற்றிவரும் மோ. செந்தில்குமார், 'பெயல்' என்ற நேர்மையான ஆய்விதழின் முதன்மை ஆசிரியராக இயங்கிவருகிறார். மலையாளத்தில் ஆகச்சிறந்த படைப்பாகப் போற்றப்படும் கே.ஆர். மீரா அவர்களின் சாகித்திய அகாதெமி விருதுபெற்ற 'ஆராச்சார்' (2022) புதினம் இவரால் மொழிபெயர்க்கப்பட்டு சாகித்திய அகாதெமியால் வெளியிடப்பட்டுள்ளது. மேலும், எதிர் வெளியீடாக கே.ஆர். மீரா அவர்களின் 'கபர்' (2022), 'யூதாஸின் நற்செய்தி' (2023) ஆகிய புதினங்களைத் தமிழுக்குக் கொண்டுவந்துள்ளார். மலையாளத்திலிருந்து சிறுகதைகள் கவிதைகள் பலவும் இவரால் மொழிபெயர்க்கப்பட்டு இலக்கிய இதழ்களில் வெளிவந்து கொண்டிருக்கின்றன.

மிகுந்த கலைநேர்த்தியுள்ள நாவல்

தாம் ராஜகன்யாம் ரதமாருரக்ஷதீம்
ஜஹார க்ருஷ்ணோ த்விஷதாம் ஸமீக்ஷிகாதாம்
ரதம் ஸமாரோப்ய ஸுபர்ண்ணலக்ஷணம்
ராஜந்யசக்ரம் பரிபூய மாதவ:

(பாகவதம் எண். அ. 53 சுலோகம் 55)

(ரதத்தில் ஏறுவதற்கு ஆசைப்படுகின்ற அந்த இளவரசியைப் பார்த்துக்கொண்டிருக்கின்ற எதிரிகளான அந்த அரச சமூகத்தை இழிவுபடுத்திக்கொண்டு கிருஷ்ணனான மாதவன் கடத்திக்கொண்டுபோய்த் தேரில் ஏற்றினான்.)

ருக்மணியின் சுயம்வரம். இது அரக்கத்தனமான திருமணம் என்று ஸ்ரீசுகன் தொடக்கத்திலேயே சொல்வான். சுயம்வரத்துக்கு வருகின்ற அரசர்களைப் போரில் தோற்கடித்து இளவரசியை அபகரிப்பதுதான் அரக்கத்தனமான திருமணம்.

துளசி – மாதவன் திருமணமும் அரக்கத்தனமானதாக இருந்தது. துளசி ருக்மணியைப் போன்று திருமணத்துக்கு முந்தைய நாள் மாதவன் சொல்லிக்கொடுத்தவாறு தேவி கோவிலுக்குச் சென்றாள் அல்லவா. அவளுடைய வருங்கால மணமகனோ பெற்றோரோ சண்டையிடும் எதிரிகளாக இருக்கவில்லை. அதனால் மாதவனுக்குச் சண்டை போடவேண்டி வரவில்லை. ஆனால், அவன் துளசியின் மனதை முழுமையாக அடிமைப்படுத்தியிருந்தான். ஐ.ஐ.டி.யில் ரேங் எடுத்தவளை, முன்பே பழக்கமுள்ள வயதில் மூத்த வகுப்புத் தோழன் வினயனுக்கு நிச்சயம்

செய்து உறுதிப்படுத்தப்பட்டவளை, திருமணத்திற்கு முந்தைய நாள் தன்னுடன் புறப்பட்டுவரும்படி அவளுடைய மனதைத் தன்னை நோக்கி ஈர்க்க மாதவனுக்கு முடிந்திருந்தது. தர்க்கச்சீர்மையுடைய கதைக்கருவால் கதைத் தொடக்கத்திலேயே நம்பிக்கையைத் தோற்றுவிக்க முடிந்ததுதான் ஒரு கலைப்படைப்பு என்ற நிலையில் இந்தப் புதினத்தின் வெற்றிக்கான முக்கியக் காரணம். தர்க்கரீதியாகவும் நம்பத்தகுந்ததாகவும் இருந்தால் மட்டுமே துயர முடிவு இலக்கியச்சுவை தோன்றுவதற்குக் காரணமாகும் என்னும் கோட்பாடு இன்றும் மீறமுடியாததாக நிலைத்திருக்கிறது.

மாதவன்தான் தன்னுடைய கணவன் என்று துளசி முடிவு செய்தாள். அந்த முடிவில் அவள் உறுதியாக நின்றாள். அவனுக்கு முன்பே இருபத்தியேழு காதலிகள் இருந்தார்கள் என்று அவனே சொல்லித் தெரிந்துகொண்டிருந்தாள். எத்தனை காதலிகள் வந்துபோனாலும் துளசிதான், துளசி மட்டும்தான் தன்னுடையவள் என்று மாதவனும் சொல்வதுண்டு. பிற்காலச் சம்பவங்கள் துளசிக்கு அவனிடத்தில் உள்ள விசுவாசத்தைத் தலைகீழாக்குகின்றன. ஆனால் மாதவன் சொன்னதுதான் உண்மை என்பது வாசகருக்குத் தெளிவாகத் தெரியும். முதலில் பார்த்த இருபத்தியேழுபேரும் துளசியைப் போன்று நிலையானவர்களாகவும் உறுதிப்பாடுள்ளவர்களாகவும் இருக்கவில்லை. அவர்களில் ஒருவர்கூட காதலால் ஆகட்டும் பழிவாங்கலால் ஆகட்டும் மரணம் வரைக்கும் அவனை மட்டும் தியானித்து வாழ்ந்துகொண்டு இருப்பார்கள் என்று அவன் நம்பவில்லை. அதனால்தான் துளசியை மட்டும் அவன் தாலி கட்டி ஏற்றுக்கொள்கிறான். அவளுக்கு மட்டுமே பாத பூஜை செய்கிறான்.

மாதவனின் பிற பெண்களுடனான உறவுகளை எதிர்ப்புடனாவது சகித்துக்கொண்டு துளசி அவனோடு வாழ்ந்தாள். அவன் வேறொருத்தியை, பாமாவைத் திருமணம் செய்துகொள்வதற்காக மணமுறிவு வேண்டுவது வரைக்கும். அனுமதிப்பத்திரத்தில் கையெழுத்துப் போட்டுக் கொடுத்துவிட்டு ஓர் இரவு அவனோடு சேர்ந்து மகிழ்ந்ததற்குப் பிறகு காலையில் தான் விஷம் கொடுத்துக் கொன்ற தங்களுடைய குழந்தைகளின் சடலங்களை அவனுக்குச் சுட்டிக்காட்டிக்கொண்டுதான் துளசி அவனிடமுள்ள எதிர்ப்பைச் சாதிக்கிறாள். குழந்தைகளுக்கு நஞ்சு கொடுக்கும் பாகத்தின் கதைசொல்லல் குறிப்பிட்டுக் கவனிக்கத்தக்கது. பூதனையும் லலிதாவும் இங்கே பெற்ற தாய்க்குள் ஒன்று சேர்கிறார்கள் அல்லவா. குழந்தைகளிடம் உள்ள பாசத்தையும் மாதவனுடனான பழிவாங்கலின்

உருவத்தில் உள்ள சலனமற்ற காதலையும் தூக்கியெறிவதற்கு முன்பு தூக்கியெறிவதற்கான தூண்டுதலும் எல்லாம் சேர்ந்த விவரிக்கமுடியாத அவளுடைய மனநிலை கொஞ்சமும் களங்கமற்ற இதயத்தை உருக்கச்செய்யும் தன்மையில் எடுத்துரைக்கப்பட்டுள்ளது. தாய்மை விழிக்கின்ற பூதனையின் தர்மசங்கடங்களை ஆட்டங்களின் வழியாக வெளிப்படுத்துகின்ற தேவதாசித் தாய்மார்களின் – காட்சிப்படுத்தும் திறனோடு பெரும்பாசத்தால் குழந்தைகளை இரட்சிப்பதற்காகக் கொல்கின்ற சதயம் திரைப்படத்தில் வருகின்ற மோகன்லாலின் நடிப்புத் திறனும் ஒத்துப்போவதுதான் இவ்விடத்தின் கதை எடுத்துரைப்புத் திறன்.

போற்றுதலுக்குரிய இந்த எடுத்துரைப்புத் திறனை, துளசி மீராசாதுவாகப் பரிமாற்றம் செய்யப்பட்டதற்குப் பிந்தைய நிகழ்வுகளையும் நிகழ்விடங்களையும் விவரிப்பதிலும் தரிசிக்கலாம். அநாதைகளும் கைவிடப்பட்டவர்களுமான ஏறக்குறைய பத்தாயிரம் பெண்கள் பகவான் கிருஷ்ணனின் ஜென்மபூமியில் பிச்சையெடுத்து வாழ்கிறார்கள்; மீராசாதுக்கள் என்ற பெயரில். பத்து கிராம் அரிசியும் பத்து கிராம் பருப்பும்தான் ஒரு ஆளுக்கு ஒரு நாளுக்கு கோவில் அறங்காவலர்கள் கொடுக்கிறார்கள். ஒரு சன்னியாசினி எப்போதும் அபின் உண்பவள். போதை மருந்துகளின் வியாபாரம் அங்கே நிரந்தரமாக நடக்கிறது என்று பொருள். அதுபோலவே துளசியைத் தன்னுடைய வீட்டிற்கு வரச்சொல்லும் பூசாரியின் நடவடிக்கை தனித்த ஒரு சம்பவமாக இருக்கமுடியாது. எல்லா இளம் சன்னியாசினிகளுக்கும் துளசியின் உறுதிப்பாடோ எதிர்த்து நிற்பதற்கான தைரியமோ இருக்கவேண்டும் என்பதில்லையல்லவா.

படைப்பாளியின் தனிப்பட்ட கருத்துக்கள் எதுவாக இருந்தாலும் ஒரு படைப்பு நடப்பில் உள்ள சமூகத்தின் புழு அரிப்புகளைப் பட்டவர்த்தனப்படுத்துகிறது என்றால் அதை முற்போக்குச் சிந்தனை உடையதாக அங்கிகரிக்கவேண்டும் என்ற மார்க்சியப் பார்வையற்றவராக யாரும் கேரளத்தில் இருப்பதாகத் தெரியவில்லை. மிகப்பெரிய சொத்துக்களான நம்முடைய இந்து சன்னியாசி மடங்களின் கவனம் இந்த சன்னியாசினிகளின் விசயத்தில் பதிய வேண்டும். மருத்துவக் கல்லூரிகளையும் பல்கலைக்கழகங்களையும் பிறவற்றையும் உருவாக்குவதற்கு முன்பு செய்யவேண்டியது நம்முடைய புண்ணிய பூமிகளை பாவ விமோச்சனம் அடையச்செய்தல்.

துளசி மதுராவுக்குப் போனது, ஒரு மீராசாது ஆவதற்காகவன்று. அவள் அப்படியாவதற்கு முடிவெடுப்பது நாடகத்தன்மையோடு வருணிக்கப்பட்டுள்ளது. அக்பரின் நன்கொடையைக் கொண்டு ராஜா மான்சிங் ஏழடுக்காகக் கட்டியதுதான் கோவிந்த தேவன் கோவில். ஔரங்கசீப் தாக்குதல் நடத்தி அதன் நான்கு தளங்களைத் தகர்த்தான். இப்போது அங்கே சிலை இல்லை. புறாக்களும் மைனாக்களும் பயங்கரமாகச் சிறகடித்துக்கொண்டிருக்கின்ற மேல் தளம். கீழ்த் தளத்தில் குரங்குகளின் படை. இந்தக் குரங்குகள் ஒரு பாம்பைக் கடித்துப் பிய்ப்பதை அவள் முந்தைய நாள் கனவில் கண்டிருந்தாள். அவற்றை எதிர்கொள்கின்ற இன்றில்லாத தன்னுடைய கண்ணனையும். அதற்கடுத்துள்ள ராதாவல்லபன் கோவிலில் கெட்ட கனவில் கண்ட பாம்பின் படங்களுக்குக் கீழே புல்லாங்குழல் ஊதுகின்ற கிருஷ்ணனையும் பார்த்ததோடு அவள் மீராசாதுவாக ஆவதற்கு முடிவு செய்தாள்.

இது ஒரு மீராசாதுவின், தலை மொட்டையடித்துப் பிச்சையெடுத்து பிருந்தாவனத்தில் வாழ்கின்ற பத்தாயிரம் பெண்களில் ஒருத்தியின் கதை. ஆனால் அவள் ராதையைப் போலவோ மீராவைப் போலவோ வெளிப்படையாக அறிவிக்கப்படவில்லை என்றாலும் ருக்மணியைப் போன்று தன்னுடைய மாதவனில் ஏகாந்தக் காதலை நிலைநாட்டுபவள். ஆனால், ஒரு விசயத்தில் புராண நாயகிகளிலிருந்து வேறுபட்டவள். அவனுடைய பல பெண்களுடனான தொடர்பில் உள்ள எதிர்ப்பைக் காதல் கலகத்தில் ஒதுக்குவதற்கு அவள் தயாராக இல்லை. அவனுடனான உறுதியான காதல் கடுமையான பழிவாங்கலின் உருவத்தைக் கைக்கொள்கின்றது. அவளுடைய ஆராதனைகள் பழிவாங்கலின் மலரஞ்சலிகள்.

கருப்பொருளின் தனித்தன்மை காரணமாக படைப்பு முழுவதும் புராணக் குறிப்புகளால் நிறைந்துள்ளது. முக்கரோவ்ஸ்கி *(Jan Mukarovsky)* கூறியது போன்று இலக்கியப் படைப்பு என்பது ஒரு கைவினைப்பொருள் மட்டும் தான். அதைத் தனது வினைமிகு வாசிப்பின் வாயிலாக ஒரு கலைப்பொருளாக்குவது தேர்ந்த வாசகர்தான். அதற்காக அவர் படைப்பில் அறுதியாகச் சொல்லப்படாதவற்றைக் கண்டறியவேண்டி இருக்கிறது. இதைச் சாத்தியமாக்க, படைப்பில் குறிப்பிடப்பட்டிருந்தாலும் குறிப்பிடாவிட்டாலும் புராணக் குறிப்புகளைப் பயன்படுத்திக்கொள்ள வாசகருக்கு முழுச் சுதந்திரம் உள்ளது.

மகனுக்காக வருத்தப்பட்டவனும் சபிக்கப்பட்டவனுமான தசரதன், தனது அந்திம காலத்தில் கௌசல்யாவிடம் வந்தானல்லவா. துளசி எதிர்பார்த்தது போன்று மாதவன் வந்தான்; நோயாளியாகி, பக்கவாதத்தால் ஒரு பாகம் தளர்ந்து. காதலிகள் எல்லாம் அவனைக் கைவிட்டிருந்தனர். துளசி புறப்பட்ட நாளிலேயே பாமா அவனை விட்டுப்போய்விட்டாள்.

திரும்பிச்செல்வதற்கான அவனுடைய வேண்டுதலைக் கேட்டபோது அவள் குழந்தைகளை நினைத்தாள். செத்துக்கிடந்த குழந்தைகள். அவள் சிரித்தாள். சிரிப்பை அடக்க முடியாமல் அவள் சென்றது கோவிந்ததேவன் கோவிலுக்குத்தான். முகிலன் தீண்டித் தீட்டாக்கியதும் நான்கு தளங்கள் இடிக்கப்பட்டதுமான சிலையில்லாத வெறும் கோவிலுக்கு. சிலை வெறும் கல் உருவம் அல்ல ஒரு விசுவாசிக்கு. பிரதிஷ்டை செய்யப்பட்டிருக்கின்ற ஒரு கருத்து. உணர்ந்துகொள்ளப்படவேண்டிய பிரம்மம். துளசிக்கு அது மாதவனாக இருந்தது. ஆனால், சிலை இல்லாத அந்த வெறுங்கோவிலில் குரங்குகளின் கடியேற்றுப் பிணந்தின்னி எறும்புகளுக்காகக் காத்துக்கிடக்கும்போது இருளும் குருதியும்தான் அவளை மோகங்கொள்ளச் செய்தன. மோகம் என்றால் பொய்மயக்கம். உண்மையில் மாதவனும் அவனுடைய காதலும் தான் பொய்; அவளை மோகம்கொள்ளச் செய்யவில்லை, மாறாக இருளிலும் குருதியிலும் இரண்டறக் கலந்து முக்தியடைந்துகொண்டிருந்தாள்.

இந்தக் குறுநாவலின் இன்னொரு சிறப்பையும் குறிப்பிட விரும்புகிறேன். இதில் வரும் முக்கியக் கதைப்பாத்திரங்கள் அல்லாதவர்களுடைய முக்கியத்துவமும் வாசகனுக்கு அனுபவக் கற்றலாகின்றது. மகள் உண்டாக்கி வைத்த பெரிய அவமானத்தைக்கூட மன்னித்து எந்த நெருக்கடியிலும் அவளுக்கு உதவுகின்ற அந்தத் தந்தையின் சித்திரம் வாசகர் மனதில் நெடுங்காலம் நிலைத்திருக்கும். அதுபோன்றே வினயனும். துளசியை இழந்தபோது திருமணம் செய்துகொள்ளாமல் வாழ்க்கையை ஓட்டுவதற்கு முடிவெடுத்த வினயன் அந்த விவரத்தைக் கொட்டி முழக்கவில்லை. அதுமட்டுமல்ல இறுதிவரை மாதவனுடன் சமரசம் செய்துகொள்வதற்குத்தான் அவன் அறிவுறுத்தினான். அவனுக்கு ஒரு ஏமாற்றமே இருந்தது. துளசியை மகிழ்ச்சியானவளாகப் பார்க்க முடியவில்லையே என்பதுதான்.

"நீ அழிந்துபோனாய். எங்களையும் நீ அழித்துவிட்டாய்" என்று சொல்கின்ற அந்த இளைய சகோதரி இந்தக் காலத்திய மலையாளி இளம்பெண்களை மொத்தமாகப் பிரதிநிதித்துவப்படுத்துகிறாள்.

அந்த ஒற்றை வாக்கியமே துளசி எந்த அளவுக்கு வேறுபட்டவளாக இருக்கிறாள் என்பதை வாசகருக்கு உணர்த்தவும் செய்கின்றது.

இந்த நூற்றாண்டில் மலையாளத்தில் வெளிவந்த மிகுந்த கலைநேர்த்தியுள்ள நாவல்களில் மீராசாதுவும் ஒன்று என்ற எனது கருத்தை இங்கே பதிவுசெய்துகொள்ள விரும்புகிறேன். இந்தப் பின்நவீனத்துவ காலத்தில் அது ஒரு புகழ்ச்சிதானோ என்று உறுதியில்லாவிட்டாலும்கூட.

- ஆர்.எஸ். குரூப்

மொழிபெயர்ப்பாளர் முன்னுரை

காணும் திசையெல்லாம் மொட்டைத் தலைகளாய்த் தெரியும் விதவைகளின் பிருந்தாவனத்தில் மொட்டைத் தலையுடன் பிச்சைப் பாத்திரம் ஒரு கையிலும் ஊன்றுகோல் ஒரு கையிலுமாக நின்றுகொண்டு ஒரு ஐ.ஐ.டி. பட்டதாரி பெண் தன் நிகழ்காலத்தின் நிலைமைகளையும் கடந்த காலத்தின் துயரப் பக்கங்களையும் புரட்டிக் காட்டுகிறார். மீராசாதுவாக ஆகிப்போன இந்தக் கதை நாயகியின் அருகில் பதைபதைப்புடன் நின்றுகொண்டு, கண்களை அகல விரித்து, இதயத்தைக் கெட்டியாகப் பிடித்துக்கொண்டு, நிகழ்காலத்திலும் கடந்தகாலத்திலும் ஓடிக்கொண்டே அனுபவிக்கின்ற கொடுந்துயரத்தை வாசிப்பின் வழி நேரடியாக அனுபவித்தால்தான் காதலின் தீராப் பெருவலியின் துடிப்பை உணர முடியும்.

வரலாறுகளையும் தொன்மங்களையும் சமூகப் பொதுப்புத்தியில் உறைந்து கிடக்கும் புனிதக் கற்பிதங்களையும் உரித்துப் பிளந்து அவற்றுள் ஒன்றுமில்லை என்பதை அதிர்ச்சியூட்டும்படியாக வெளிப்படுத்தி விடக்கூடியது மீராவின் எழுத்து. பிருந்தாவனம் குறித்துக் கட்டமைந்துள்ள புனிதக் கற்பிதங்களைத் திறந்து காட்டும்போது நம் மொழிக்கிடங்குக்குள் (langue) பாதுகாத்து வைத்திருந்த கற்பிதங்கள் அவமானத்தோடு தலைகுனிந்து வெளியேறுவதையும் அறிவார்ந்த பார்வை உள்நுழைவதையும் நாவலை வாசிக்கும் தருணத்தில் தன்னறிவையும் சேர்த்து வாசிக்கும் ஒரு வாசகரால் உணர்ந்துகொள்ள முடியும். தொன்மத்தின்

நிகழ்காலத்தை ரத்தமும் சதையுமாக வாசிக்கும்போது ஏற்படும் வலியைத் தவிர்த்துவிட்டுக் கடந்துசென்றுவிட முடியாது. அக்பரும் ஔரங்கசீப்பும் இரு துருவங்களாய் நிற்கும் வரலாற்றின் பக்கங்களை மிக எளிதாகத் திறந்து காட்டிச் செல்லும் நுட்பமும் அதன் வழி கட்டமைக்கும் கருத்ததிகாரங்கள் கடந்த பார்வைகளும் நமக்குள் சிந்தனையைக் கிளறாமல் விடா.

அறிவற்றவள், நுகர்வுப்பண்டம், தானாக எதையும் செய்யும் தகுதியற்றவள், சார்பு உயிரி எனப் பலவாறு ஒடுக்கிய ஆணியப் பொதுப்புத்திக்குள் புகுந்து அதன் மேட்டிமைத்தனங்களை உடைத்துச் சுக்குநூறாக்கி நடுத்தெருவில் எறிந்துவிடும் அறிவிலும் செயலிலும் ஆற்றல் மிக்க பெண்களைப் படைத்துக்காட்டும் மீராவின் எழுத்து, பழமைவாதக் கருத்தியல்களுக்குள் ஊறிக்கிடந்து அவற்றின் உடல்களாக ஆகிப்போனவர்களுக்குப் பேரதிர்ச்சியைத் தராமல் இருக்காது. எத்தனையோ பெண்களின் வாழ்க்கை கொடுந்துயரங்களால் சூழப்பட்டிருந்தாலும் அவர்கள் ஆணிய ஆதிக்கக் கருத்தியலுக்குள் ஒடுங்கிக்கிடந்து சீரணிக்க முடியாத துயரங்களைத் தங்களுக்குள் புதைத்துக்கொண்டு வாழ்தலைக் கடந்துபோகின்ற சூழலில், ஒரு பெண்ணின் வாழ்வனுபவத்தை ஆணியச் சமூகத்தின் முன் அப்பட்டமாகத் திறந்து வைத்து அதிர்ச்சியூட்டுகிறது ‘மீராசாது’ என்ற இந்தக் குறுநாவல்.

மரபுவாதக் கருத்தாதிக்கத்துக்குள் சிக்குண்டு கிடக்கும் மனங்களுக்குத் துளசியின் வாழ்வும் அவளது செயல்களும் பைத்தியக்காரத்தனமானதாகத் தெரியலாம். அத்தகையதொரு வாழ்வனுபவத்தைப் பெறாத, கெட்டிதட்டிப்போன சமூகத்தின் நடந்து நடந்து தேய்ந்துபோன பாதையை விட்டு விலகாது ஓர் உடலாகக் கடிவாளம் இட்டுக்கொண்டு வாழ்ந்துவிட்டுப் போகின்ற தன்னிலை அறியாத மனங்களால் இந்த நாவலுக்குள் பயணிப்பது கடினம். உண்மை மிகவும் ஆபத்தானது.

பித்தேறிய காதலின் வன்மம் கனன்று துடிக்கும் ஓர் உயிரின் தவிப்பை இதைவிடக் கூர்மையாகச் சொல்ல முடியுமா? கதைநாயகி துளசியின் தவிப்பைப் போன்றே கதை சொல்லலும் கடந்த காலத்தின் நினைவுகளிலும் நிகழ்காலத்தின் வெம்மையிலும் அலைவுறுகின்றது. வாசிப்பில் நம்மையறியாது நம் மனமும் காலங்களுக்குள் அலைவுறுவதைத் தடுக்க முடியவில்லை. மீராவின் எழுத்து, வலியையும் வேதனையையும் கசியச்செய்கிறது.

எழுத்து வன்மையில், கண்ணியமும் நேர்த்தியும் குறையாத ஒரு கலைப்படைப்பாக அமைந்துவிட்டது இப்புதினம்.

காதலையும் காதல் தோல்வியையும் ஒற்றைச் சொல்லுக்குள் உருக்கி வார்க்க முடியுமென்றால் அது மீராசாதுதான். காதலையும் வலியையும் ஒன்றோடு ஒன்று மோதவிட்டுக்கொண்டே நாவல் தொடக்கத்திலிருந்து இறுதி வரை நகர்கின்றது. ஒருபுறம் பழிவாங்கலின் உச்சகட்ட மனக்குமுறல் மற்றொருபுறம் உருகிக் கரைந்த காதலின் கடந்த காலத்திய நினைவலைகள். இரண்டுக்கும் இடையே தத்தளிக்கும் ஒரு பெண்ணின் மன அவலத்தை நிதானமாகக் கடந்துபோய்விட முடியாது. காதல், காயம், விரக்தி, பொய்த்துப்போன வாக்குறுதிகள், இழந்த நம்பிக்கை, துரோகம் ஆகியவற்றின் வலி நிறைந்த கதை இது.

'மீராசாது' புதினம் மலையாளத்தில் வெளியானபோது (2014) பெண் வாசகர்கள் பலரும் துளசியின் அனுபவம் தங்களுடைய சொந்த வாழ்க்கை அனுபவமாக இருப்பதை உணர்ந்துள்ளனர். கே.ஆர். மீரா சொல்கிறார், "உலகில் இரண்டு அல்லது மூன்று துளசிகள் மட்டுமே இருப்பார்கள் என்று நான் கற்பனை செய்திருந்தேன், பதினாறாம் நூற்றாண்டின் கவிஞர் மீரா பாயைத் தவிர்த்து. ஆனால், பின்னர் நான் அதிர்ந்துபோகும் வகையில், இந்த உலகம் எண்ணிலடங்காத துளசிகளை உருவாக்கியும் உருக்குலைத்தும் இருப்பதை நான் உணர்ந்தேன். ஒருவேளை, நாம் ஒவ்வொருவரும் நம் வாழ்க்கையின் ஏதாவது ஒரு கட்டத்தில் துளசியாக மாறுவதைத் தவிர்க்க முடியாமல் போகலாம்." ஒவ்வொருவரும் இந்தப் புதினத்தை வாசிக்கும்போது ஏதாவது ஒருவகையில் தங்கள் வாழ்க்கைக்குள் இந்தப் புதினம் நுழைந்து செல்வதைத் தவிர்க்க முடியாது. வாழ்க்கை ஒருவகையான கொடுந்துயரம் என்பதை எப்படி மறுப்பது.

'மீராசாது', எஸ். மினிஸ்டி அவர்களின் மொழிபெயர்ப்பில் 'The Poison of Love' என்ற பெயரில் ஆங்கிலத்தில் வெளிவந்துள்ளது. இப்புதினம் 2017இல் தெற்காசிய இலக்கியத்துக்கு வழங்கப்படும் DST பரிசுக்கான நெடும்பட்டியலில் இடம்பெற்றது குறிப்பிடத்தக்கது. ஒவ்வொரு படைப்பிலும் அதற்கேயான எழுதுமுறையையும் எழுத்து நடையையும் கைக்கொண்டு மிகச்செறிவான ஓர் எடுத்துரைப்பைச் செய்துவிடும் கே.ஆர். மீராவின் 'மீராசாது' புதினத்தைத் தமிழ் வாசகர்களுடன் பகிர்ந்துகொள்வதில் மகிழ்வடைகிறேன்.

தொடர்ந்து மூன்றாவதாக இந்த நாவலைத் தமிழில் மொழிபெயர்ப்பதற்கு அனுமதித்தும் சந்தேகங்களைக் களைந்தும் உதவிய எழுத்தாளர் கே.ஆர். மீரா அவர்களுக்கு உள்ளம் நிறைந்த நன்றிகள். எனது மொழிபெயர்ப்புப் பயணத்தில் என் கை பற்றி அழைத்துச் செல்லும் எனது மதிப்புமிகு ஆசிரியர் கவிஞர் சிற்பி அவர்களுக்கு எனது நன்றிகள். இந்த நாவல் மொழிபெயர்ப்புப் பணியில் எனக்கு உதவியாக இருந்த அன்புத் தோழமைகள் பேரா. ப. விமலா, பேரா. மு. புவனேஸ்வரி ஆகியோருக்கும் அன்புத் தோழர்கள் அரவிந்த் வடசேரி (எழுத்தாளர், மொழிபெயர்ப்பாளர்), பேரா. அ.சு. மோகனகிரி ஆகியோருக்கும் நான் அன்புக்கடன் பட்டுள்ளேன்.

எந்தவகையிலும் எனது பணிகள் தடைபட்டுவிடக்கூடாது என்ற உயரிய மனத்துடன் என்னைத் தண்ணீர் தெளித்துவிட்டுள்ள என் தாயார் திருமதி. வேலம்மாள் அவர்களுக்கும் ஒவ்வொரு நாளும் எனது மொழிபெயர்ப்புச் செயல்பாடுகளைக் கேட்டு ஓர் உற்ற தோழனாக ஊக்கப்படுத்தி வரும் அன்பு மகன் செ. தருண்குமாருக்கும் எப்படி நன்றி சொல்வது.

பதிப்புப் பணியில் மிகத்தீவிரமாகவும் கவனமாகவும் தமிழ்ச் சமூகத்திற்கு எதைக் கொடுக்க வேண்டும் என்ற கொள்கைத் தெளிவுடனும் செயல்பட்டு வரும் எதிர் பதிப்பகத்தாருக்கு என் அன்பும் நன்றியும்.

மோ. செந்தில்குமார்
90420 33413

காதல் பால் போன்றது. நேரம் ஆக ஆகப் புளித்துப்போகும், திரிந்துபோகும், விஷமாகிவிடும். மாதவன் எனக்கு அந்த விஷத்தைக் கொடுத்தான். நான் சாகவில்லை, அதற்குப் பதிலாக அவனைக் கொன்றுவிட்டேன். விதவையான நான் மதுராவின் பிருந்தாவனத்திற்கு வந்தேன். பன்னிரண்டு ஆண்டுகளுக்கு முன்பு. அன்று, அந்த முதலாவது நாள், ஐயாயிரம் கோவில்களுக்கு இடையே, சிறுநீரும் சாணமும் துர்நாற்றம் வீசுகின்ற தெருக்களில் ஒன்றின் வழியாக, ஒரு கையில் தடியும் மறுகையில் தொங்கவிடப்பட்ட சோற்றுப் பாத்திரமுமாகத் தட்டுத் தடுமாறி வந்த மொட்டையடிக்கப்பட்ட மூதாட்டிகளைச் சுட்டிக்காட்டி, வயதானவரும் ஓய்வுபெற்ற பள்ளி ஆசிரியரும் நெற்றியில் நாமக்குறி இட்டவருமான கனஷியாம் பண்டிட் என்ற வழிகாட்டி அறிமுகப்படுத்தினார்: 'மேடம், ஸீ திஸ் விமன். பக்தை மீராவைப் பத்தி கேள்விப்பட்டிருக்கீங்களா? எ டிவோட்டி ஆஃப் லார்டு கிருஷ்ணா, ஹூ ரோட் மீராபஜன்ஸ். இவங்க, அகதிகளான விதவைகள், வி கால் தெம் மீரா சாதூஸ். காலையிலிருந்து ராத்திரி வரைக்கும் பஜனை மண்டபத்தில் கிருஷ்ணநாமம் ஜெபிப்பாங்க. அதுதான், அதுமட்டும்தான் அவர்களுடைய வேலை. நாள் ஒன்றுக்கு இரண்டரை ரூபாய் அலவன்ஸ். அப்புறம் பால், டென் கிராம்ஸ் ஆஃப் ரைஸ், தால். பாவப்பட்டவர்கள். உங்களை மாதிரியுள்ள கிருஷ்ண பக்தர்களுடைய நன்கொடைகள்தான் அவங்களுக்குத் துணை. வேண்டுமானால் நீங்களும் டெம்பிள் டிரஸ்ட்டுக்கு நன்கொடை வழங்கலாம்.' நான் அந்தப் பெண்களை உற்றுப் பார்த்தேன். எனக்குள் எதுவோ தகர்ந்துபோனது. தலை கிறுகிறுக்க கனஷியாம் பண்டிட்டின் பின்னால்

நான் படியேறினேன். பச்சை நிறத்தில் 'தர்மசாலா' என்று இந்தியில் எழுதப்பட்ட நிறம் மங்கிய பெயர்ப்பலகைக்குக் கீழே இடுங்கிய வாயில். உள்ளே நுழைந்தபோது நடுங்கிப்போனேன். கண்களை இருள் கவ்வியது. மொட்டைத்தலைகளின் கடல். தொண்டையை நெறிக்கும் குரலில் நிற்காத கத்தல் - ஹரேராம ஹரேராம, ராமராம ஹரேஹரே... ஹரே கிருஷ்ண, ஹரே கிருஷ்ண, கிருஷ்ணகிருஷ்ண ஹரேஹரே. வெளியே குளிர்கால முடிவின் நண்பகல் சூரியன் மங்கலாகத் தகித்தது. எனக்கு, வழியில் போகின்ற மனிதர்களின் முகங்களுக்கும் மிருகங்களின் முகங்களுக்கும் இடையே குழப்பம் ஏற்பட்டது. தேவைக்கும் அதிகமான கருங்கல் தூண்கள் உள்ள அழுக்குப் படிந்த மண்டபமாக இருந்தது அது. நடுவில், சிறிய மண்டபத்தில், மஞ்சள் பட்டு உடுத்தி சாமந்தி மாலை சார்த்திய ராதாகோவிந்தன் சிலை. கம்பிகளுக்கு இடையே புகுந்து வந்த வெளிச்சம் மொட்டைத் தலைகளில் பிரதிபலித்தது. சோர்ந்துபோன முகங்கள். மெலிந்த உடல்கள். கப்புப்படிந்த கண் கண்ணாடிகள். வாடிய பூக்களின், அழுக்குத் துணியின், வியர்வையின் நாற்றம். தகர்ந்துபோன இதயங்களின் குரல்.

நான் என்னுடைய மொட்டைத் தலையைத் தடவினேன். நானும் மீராதான் என்று தோன்றியது. உண்மையில் நானும் மீரா ஆகியிருந்தேன். அன்று மாலை கோவில் அறக்கட்டளைப் பொறுப்பாளரைப் பார்த்து மீராசாதுவாக ஆவதற்கு என்னையும் அனுமதிக்கவேண்டும் என்று வலியுறுத்தினேன். முதலில் நான் ஒரு தடி வாங்கினேன். பிறகு அலுமினிய தூக்குப்பாத்திரம். யமுனையில் குளித்துவிட்டு, தடியும் பாத்திரமுமாக நானும் மாயிகரை (மீராசாதுக்கள் தங்குமிடம்) நோக்கிச் சென்றேன். இப்படியாக நானும் மீராசாதுவானேன். என்னையும் எல்லோரும் 'மாயி' என்று அழைத்தனர். நானும் காலையில் எழுந்து யமுனையில் குளித்து, நூல் புடவை உடுத்தி, நெற்றியில் நாமக்கட்டியால் நாமம் இட்டு, 'போலோ கிருஷ்ண கிருஷ்ண ஜெய்' என்று கத்திக்கொண்டு தடியூன்றித் தெருக்களில் நடந்தேன். கொளுத்தும் வேனலிலும் கொட்டும் மழையிலும் மரத்தை உறையச்செய்யும் பனியிலும் கோவிந்ததேவன் கோவில் நடையில் உட்கார்ந்து வன்மத்தோடு யாசித்தேன். பக்தகோடிகள் எறிகின்ற பழங்களுக்காகக் குரங்குகளோடு சண்டையிட்டேன். குரங்குகளைத் தாக்கியும் கல்லெறிந்தும் எதிரிகளாக்கினேன். அவை கொடுத்த காயங்கள் உடல் முழுதும் காந்திச் சீழ் பிடித்தன. வலி என்னை

மகிழ்வித்தது. காலை முதல் நண்பகல் வரை பஜனை மண்டபத்தில் என்னை மறந்து 'கிருஷ்ண கிருஷ்ண ஹரேஹரே' பாடினேன். பஜனை பாடும்போது எரிச்சலுற்றேன். ரங்காஜி கோவில் நடையில் நின்றுகொண்டு பற்களை நெறித்தேன். நான் அவனைக் காதலிப்பேன். கசப்பான வெறுப்போடு காதலிப்பேன். அவனை வீழ்த்துவதற்கு ஓட்டை விழுந்த இதயத்தில் பழிவாங்கலின் துடிப்பைப் பாதுகாத்துவைப்பேன். எலும்பு பெயர்கின்ற வலியை வாந்தியெடுக்க வைப்பேன். சாகும் வரைக்கும் நான் அவனை வேட்டையாடுவேன். மறுபடியும் ஒரு பெண்ணை முத்தமிட முயற்சிக்கும்போது அவன் சின்னாபின்னமாவான்.

பன்னிரண்டு வருடம். காத்திருப்பின் பன்னிரண்டு வருடம். அவன் வரத்தான் செய்தான். மாதவன். என் கணவன். என் பகைவன். என் ஒரே ஆண். என் இரண்டு குழந்தைகளின் தந்தை. வெள்ளைச் சட்டைக்கு மேல் சிவந்த ஒரு காஷ்மீர் சால்வை உடுத்தி, ஒருபக்கமாகத் தளர்ந்த அவன், நொண்டி நொண்டி வந்தான். நான் ஒரு ராஜநாகம் போன்று படம் விரித்து அவனை எதிர்கொண்டேன். ரத்தத்துக்காக எனது நாக்கு தவித்தது. அவனுடைய கச்சிதமான முகத்தில் நடுக்கம் விஷம்போல் வியாபித்தது. அவன் அழகன். ஈரமான கண்கள். உயர்ந்த மூக்கு. சிரிக்கும்போது கன்னத்தில் விழும் அழகான குழி. அவன் என்னைப் பேயைப் பார்ப்பது போலப் பார்த்தான். எனது உதிர்ந்துபோன முன்பற்கள். குழிவிழுந்த கண்கள். எலும்பும் தோலுமான உடல். மொட்டைத் தலை. கிழிந்துபோன புடவை. பழிவாங்கலை நிறைவேற்றுவதற்காக நான் மண்டியிட்டு ஊர்ந்து அவன் முன்னால் பிச்சைப் பாத்திரத்தை நீட்டினேன். 'ஏழைக்கு ஏதாவது கொடுங்கள் ஐயா!' அவன் கட்டுப்பாட்டை இழந்து, 'துளசீ' என்று கத்தினான். நான் யாசிப்பதை முடித்துக்கொண்டேன். பல் இல்லாத வாயைக் காட்டி வெள்ளந்தியாகப் புன்னகைத்தேன். 'துளசி செத்துப்போய்விட்டாள், மாதவன் ஐயா. இது மீரா... மீராசாது...'

அந்தக் கதைதான் இது. ஒரு மீராசாதுவின் சுயசரிதை.

ஒன்று

காதலும் பேயும் கொள்கையளவில் ஒன்றுதான். கல்லறைகளைத் தகர்த்து, பொருத்தமான உடலை ஆட்கொள்வதற்கு இரண்டுமே மெனக்கெடும். மாதவனைப் பிருந்தாவனத்தில் கண்ட நாளிலிருந்து கதையைத் தொடங்கலாம். என்னைப் பார்த்து அவன் நெஞ்சைத் தடவிக்கொண்டு குழைந்து விழுந்தான். யாரெல்லாமோ அவனை எடுத்து எங்கேயோ கொண்டுபோனார்கள். அப்போது பார்த்து ரங்காஜி கோவிலில் தரிசனத்துக்கான மணி ஒலித்தது.

வரிசையில் முன்னால் இடம் பிடிப்பதற்குப் புடவை நுனியைத் தூக்கிப் பிடித்துக்கொண்டு தடியும் பாத்திரமுமாக மற்ற பெண்களோடு சேர்ந்து நானும் கோவிலை நோக்கி ஓடினேன். தரிசனம் முடிந்து அன்னதானத்துக்கு முண்டியடித்துக்கொண்டோம். காய்ந்த ஒரு ரொட்டியும் சிறிதளவு சப்ஜியும். அதனைத் தொடர்ந்து கோவிந்ததேவன் கோவிலின் மேல்தளத்தைக் கூட்டிப் பெருக்கினேன். குரங்குகளுக்குப் பழங்களை எறிந்தேன். மாலையில் கோவில் அறக்கட்டளையிலிருந்து ரேசன் வாங்கினேன். டென் கிராம்ஸ் ஆஃப் ரைஸ், தால், பத்து ரூபாய் அலவன்ஸ். இரவு பங்கேபிஹாரி[1] கோவில்

---

1. பிருந்தாவனத்தில் அமைந்துள்ள இராதாகிருஷ்ணருக்கு அர்ப்பணிக்கப்பட்ட கோவில் பங்கே பீகாரி. விரஜ பிரதேசத்தில் பேசப்படும் விரஜ் மொழியில் பங்கே பிகாரி எனும் சொல்லிற்கு 'வளைந்து மகிழ்பவர்' என்று பொருள். இக்கோயிலில் கிருஷ்ணர் தனது உடலை மூன்று இடங்களில் வளைந்து திரிபங்கா கோலத்தில் ராதைக்குக் காட்சி அளிக்கிறார்.

தரிசனம் முடிந்து நான் மாயிகருக்குத் திரும்பினேன். திரும்பிப் போகும்போது வழியில் மீராபஜன் பாடினேன்.

கார்வண்ணன் என்னை அவனுடைய காதலால் களங்கமுற்றவளாக ஆக்கியதற்குச் சிலர் ஏளனம் செய்கிறார்கள், சிலர் கொண்டாடுகிறார்கள். நானோ, என் பாட்டுகளில் மெய்மறந்து சன்னியாசிகளோடு சஞ்சரிக்கின்றேன்...

மாதவன் பிருந்தாவனத்தில் இருக்கும் ஸ்பெஷாலிட்டி மருத்துவமனையில் அனுமதிக்கப்பட்டான் என்று அடுத்தநாள் கோவில் அறக்கட்டளையின் பொறுப்பாளர் ராமகிருஷ்ண பண்டிட் தெரிவித்தபோது நான் ரங்காஜி கோவிலுக்கு முன்னால் இருக்கும் பிச்சிக்குடிலுக்குப் பக்கத்தில் சோம்பலாக உட்கார்ந்திருந்தேன். கிருஷ்ணனும் ராதையும் சங்கமிக்கின்ற நிதிபன்[2]. இரவில் அந்தப் பக்கம் யாருக்கும் அனுமதியில்லை. காய்ந்து கிடக்கின்ற பிச்சிக்காட்டிற்குப் பக்கத்தில் நான் எப்போதும் யாசிப்பதுண்டு. வெறுமனே ஒரு சந்தோசத்துக்காக. கண்ணுக்குப் புலப்படாமல் லீலையில் ஈடுபடும்போது ஒரு பிச்சைக்காரியின் குரல் ராதையையும் கோவிந்தனையும் தொந்தரவு செய்யட்டுமே. என்னுடையதைத் தவிர வேறு யாருடைய காதலும் எனக்குப் பிடிக்கவிலைலை. கருங்கல்லால் ஆன நடைபாதை வேனலில் தகிக்கும்போது நான் செருப்புப் போடாமல் நடப்பேன். உடல்தான் காதலுக்கும் பக்திக்கும் பரிசோதனைப் பொருள். உள்ளங்கால் கரியும்போது நான் மாதவனை நினைப்பேன். என்னை முதன்முதலாகக் கட்டியணைத்தபோது அவனது உடல் இதைவிடத் தகித்தது. எனக்கு என்னைப் பற்றி இதைவிட மதிப்புத் தோன்றியது.

"மீராமாயி... ஆஸ்பத்திரியில் படுத்திருக்கிற பாபு உங்களுக்கு யார் வேணும்? உங்களைப் பார்க்கணும்னு சொன்னார்..."

பண்டிட் அருகில் வந்தார். தாம்பூலம் ஒழுகும் உதடுகளைத் துடைத்துக்கொண்டார்.

"எந்த பாபு, பண்டிட்ஜீ? மீராவுடைய பிருந்தாவனத்தில் ஒரு பாபுதான் இருக்கார். மத்தவங்க எல்லாம் பெண்கள்."

"அவர் பிரபலமான பத்திரிகையாளர்... உங்க சொந்தக்காரரா?"

"எனக்கு ஒரு சொந்தம்தான் உண்டு..."

---

2. கண்ணன் இரவில் ராஜலீலை நடத்தும் புனித வனம்.

நான் அவரை வணங்கிக் களங்கமின்றிப் புன்னகைத்தேன். பின்னர் தடியூன்றி வெளியே நடந்தேன். மாதவனுக்கு என்னைப் பார்க்கவேண்டும். முதன்முதலாகப் பார்த்தது என்னுடைய பதினேழாம் வயதில். அன்றைக்கு நான் ஐ.ஐ.டி. மாணவி. மாதவன் சென்னையில் ஒரு ஆங்கில மாதப் பத்திரிகையின் செய்தித் தொடர்பாளன். ஐ.ஐ.டி. மாணவியரின் மன அழுத்தங்களைப் பற்றிய கட்டுரையைத் தயாரிப்பதற்காகத்தான் மாதவன் வளாகத்துக்கு வந்தான். வினயன் எங்களை ஒருவருக்கொருவர் அறிமுகம் செய்துவைத்தான். நீண்ட கண் இமைகளுள்ள மலர்ந்த கண்களால் மாதவன் என் கண்களில் எதையோ தேடினான். அதன்பிறகு நேருக்கு நேராகப் பார்க்கவில்லையென்றாலும் மரியாதையாக அல்லாமல் உரையாடியது இல்லையென்றாலும் நான் ஒரு பெண்தான் என்பதை நினைவுபடுத்தினான். அதற்கு அடுத்த வாரம் அவனுடைய கட்டுரை வெளியானது. அதில் என்னுடைய பெயரும் இடம்பெற்றிருந்தது. அதன் பிரதிகளை அவன் அனுப்பிவைத்தான். இதற்கிடையில் வளாக நேர்காணலில் வேலை கிடைத்து வினயன் அமெரிக்காவுக்குப் போய்விட்டான். மாதவன் அவ்வப்போது ஃபோன் பண்ணினான். அவ்வப்போது சந்தித்துக்கொண்டோம். பார்த்தபோதெல்லாம் சுவாரஸ்யமாகப் பேசினான். நிறைய சிரிக்கவைத்தான். அவனருகில் இருக்கும்போது ஒன்றுமற்ற இதயத்தில் பாலைப்போன்று, கொதிக்கும்போது நுரைத்துப் பொங்குகின்ற எதுவோ நிறைந்தது. பிரியும்போது அது கொதித்துச் சிந்தியது. இதயம் சூனியமானது. திரும்பவும் பார்ப்பதற்கு ஆசை வந்தது. பின்னர் அவன் எனக்குத் தொடர்ச்சியாகக் கடிதங்கள் எழுதினான். ஆண்டுகள் செல்லச் செல்லக் கடிதங்களின் நீளம் கூடியது. தனது வாழ்க்கைக்குள் வந்துசென்ற இருபத்தியேழு காதலிகளைப் பற்றியும் மாதவன் வெளிப்படையாக எழுதினான். என் கண்கள் பிதுங்கின.

"யாரையும் நான் தேடிப்போனதில்லை. எல்லோரும் என்னைத் தேடி வந்தாங்க."

மாதவன் தன்னைத்தானே நியாயப்படுத்திக்கொண்டான். 'ஒவ்வொருத்தியாக வருகிறார்கள், ஒரு நாடகத்தில் நடிப்பதுபோன்று ஒவ்வொரு வேடம் ஏற்றுப் பின்வாங்குகிறார்கள். நான் தேடுவது மட்டும் கிடைப்பதாயில்லை... எதைத்தான் தேடுகிறேன் என்று நான் ஆராய்ந்தேன். ஏதோ ஒன்று, துளசீ, வேறு எதுவாக இருந்தாலும் அது செக்ஸ் அல்ல.'

நான் அவனை ஆச்சரியத்துடன் பார்த்தேன். அவன் அன்றும் அழகாக இருந்தான். கன்னத்தில் குழியும் பெரிய கண்களும் உயர்ந்த மூக்குமாக. ஆனால், பெண்ணில் காதலை விழித்தெழச் செய்வதற்கு அழகு மட்டும் போதாது. நான் ஆழ்ந்து யோசித்தேன். சிறிய விசயங்களில் உள்ள கவனம். வேறு யாரும் சொல்லாத நகைச்சுவைகள். ஒருவேளை, அதுவாக இருக்கலாம். பின்னர் நான் பொறியியலில் தேர்ச்சி பெற்றேன். மாதவன் தில்லியில், ஊர் அறிந்த பத்திரிகையாளன் ஆனான்.

பட்டமேற்படிப்புக்கு முன்பே என்னுடைய திருமணத்தை நடத்த அப்பா முடிவு செய்தார். அது தெரிந்து மாதவன் திருவனந்தபுரத்துக்குப் பறந்து வந்தான்.

"துளசீ, திஸ் ஈஸ் நான்சென்ஸ்."

அவன் ஆத்திரமடைந்தான். அவனது குமுறல் என்னைக் குழப்பமடையச் செய்தது. திருமணம் தவிர்க்கமுடியாததாக இருந்தது. அம்மாவுக்குக் கருப்பையில் உண்டான புற்றுநோய் மூன்றாம் கட்டத்தை அடைந்துவிட்ட சமயம். துளசி, தாமரை, மல்லிகா என்ற இந்த மூன்று பிள்ளைகளையும் பொருத்தமான மாப்பிள்ளைகளின் காலடியில் சமர்ப்பிக்க அம்மா அவசரப்பட்டார்.

மாதவன் எதற்கும் செவிசாய்க்கவில்லை.

"இந்த வயசுல துளசி கல்யாணம் கட்டிக்கிட்டா அதைக்காட்டிலும் முட்டாள்தனம் வேறு எதுவும் இல்லை. பாரு, உன்னோட ஆசிரியர் சொன்னது எனக்கு ஞாபகம் இருக்கு. அவருக்கு மிகவும் நம்பிக்கைக்குரிய மாணவி நீ. இந்தியாவுக்கே பெருமை சேர்க்கக்கூடிய ஒரு பிரெய்ன். ஒருவேளை, எதிர்காலத்தில் நோபல் பரிசு வெல்லக்கூடியவள்."

எனது முகம் சிவந்தது. எனக்கு என்னைப்பற்றி மதிப்புத் தோன்றியது. வினயன்தான் மாப்பிள்ளை என்று நான் சொன்னபோது மாதவனின் முகம் இருண்டது. வினயனுக்கும் துளசிக்கும் பொருத்தமில்லை – அவன் கொந்தளித்தான். காதலைப் பற்றியும் கல்யாணத்தைப் பற்றியும் அவன் வாதிட்டான்.

"ஒருத்தருக்கொருத்தர் ஈர்ப்பு இல்லாத கல்யாணம் அர்த்தமற்றது. வாழ்க்கையை வீசி உடைக்கறதுக்குச் சமம்."

‘எனக்கு வினயனைப் பிடித்திருக்கிறது.’ நான் வாதிட்டேன். வினயனுக்கு என்னையும். ‘கல்யாணத்துக்கு அதுபோதாது’ - மாதவன் பொங்கினான்.

“பார்க்காமல் இருக்கும்போது பார்க்கணும்னு தோணறதுண்டா? தனியா இருக்கும்போது பேசணும்னு தோணறதுண்டா? பார்க்கும்போது நெஞ்சோடு சேர்த்து அணைச்சுக்கணும்னு தோணறதுண்டா? இதயம் நெறஞ்சதுமாதிரி தோணறதுண்டா? பிரியறபோது உலகமே சூனியமானதுமாதிரி தோணறதுண்டா?”

மாதவன் கேட்டான்.

“நான் அசட்டுப் பெண்ணல்லவே.”

“அது யதார்த்தமான காதலைத் தெரியாததுனாலதான்.”

அவனுடைய நீண்ட கண்ணிமைகள் இதயத்தில் மயில் பீலிகளால் வருடியதுபோன்று வருடின. மனம் உளைந்துபோனது. பேச்சை மாற்றுவதற்காக நான் அவனுடைய காதலியைப்பற்றிப் பேசினேன். மாதவன் புன்னகைத்தான்: ‘ஓ, நாங்கள் பிரிந்துவிட்டோம். இதுவரைக்குமான உறவுகள் எல்லாம் அர்த்தமற்றதாக இருந்தன. தேடியலைந்த பெண்ணை இப்போதுதான் பார்த்தேன்.’ ‘யார் அந்தப் பெண்’ என்று கேட்டபோது அவன் என் கையைப் பிடித்தான்.

“வினயனைவிடத் தகுதி குறைவா எனக்கு?”

எதிர்பாராததாக இருந்தது அது. என் முகம் சிவந்தது. அதை மறைப்பதற்காக வாய்விட்டுச் சிரித்தேன்: அது தகுதிப்பாட்டின் பிரச்சனையல்ல. ஓ, இல்லை, நான் ஒருபோதும் உங்களைக் காதலிக்கமாட்டேன். உங்களைப் பார்க்கும்போது நான் உங்களுக்குப் பின்னால் ஒரு அறை நிறையப் பெண்களைப் பார்க்கிறேன். இருபத்தியேழு பெண்கள். அவர்களுக்கிடையில் நீங்கள். பிருந்தாவனத்துக் கிருஷ்ணன்...

மாதவனின் முகத்தில் அவமானம் நிழலாடியது. ‘நான் எந்தப் பெண்ணின் காதலையும் நிராகரிக்கவில்லை, துளசீ. அவளை அது தகர்த்துவிடும். என்னுடைய காதல் ஒரு பெண்ணை மகிழ்விக்குமென்றால், அவளுக்கு எதற்காக அதை நான் மறுக்கவேண்டும்? துளசிக்குத் தெரியாது, அவர்கள் எல்லோரும் துக்கப்படுபவர்களாக இருந்தார்கள். நேசிக்கப்படாதவர்கள்.

அப்பாவுடையதோ, காதலனுடையதோ, கணவனுடையதோ அன்பு கிடைக்காதவர்கள். என்னுடைய காதல் அவர்களுக்கான பிச்சையாக இருந்தது. நாளைக்கு எறும்பும் புழுவும் தின்று தீர்க்கின்ற இந்த உடல். இது இன்னொரு மனிதருக்குப் பயன்படுமென்றால் நான் எதற்காக மறுக்கவேண்டும்? ஆனால், ஒரு விசயத்தைப் புரிந்துகொள், நான் இவர்கள் யாரையும் ஆசைப்பட்டதில்லை. அவசியமும் இல்லை. ஆனால், நீ அப்படியல்ல. நான் முதன்முதலாக ஒரு பெண்ணுக்கு ஆசைப்படுகிறேன்.'

எங்களுக்கிடையில் மௌனம் பரவியது. எனக்குத் தொடக்கத்தில் எதிர்ப்பும் பின்னர் விருப்பமும் தோன்றியது. பிரிகின்றபோது அவன் என்னைக் குற்றம்சாட்டுவது போலப் பார்த்தான். 'காதலுக்கு ஒரு பிரச்சினை இருக்கு, துளசீ. கை நழுவினால் விழுந்ததுதான். தரையில் விழுந்து சிதறிப்போகும். நீ கைவிட்டுவிடாதே.' நான் பதறிப்போனேன். அவனுடைய கண்களில் கண்ணுக்குத் தெரியாத வலி இருந்தது. அவன் சொல்லிக்கொள்ளாமல் புறப்பட்டுப் போனான். இருந்தாலும் திருமண நிச்சயதார்த்தச் சடங்கில் கலந்துகொண்டான். மண்டபம் முன்பதிவு செய்வதற்கும் வண்டிகள் ஏற்பாடு செய்வதற்கும் அப்பாவுக்கு உதவினான். அந்த நாட்கள் ஒன்றில், கெஞ்சுகின்ற குரலில், 'துளசி எப்போதும் என்னுடைய நட்பாக இருக்கவேண்டும்' என்று ஃபோனில் வேண்டுகோள் வைத்தான். 'ஒரு நண்பனாகவாவது' அவன் வலியுறுத்திச் சொன்னான்.

ரிஸீவரைப் பிடித்திருந்த எனது கைகள் நடுங்கின. உடலில் வெம்மையும் குளிரும் பாய்ந்தன. மாதவன் என்னைக் காதலிக்கிறான். எனக்குச் சிரிப்பாய் வந்தது. இருபத்தியேழு காதலிகளுக்குப் பிறகு அவன் கண்டுபிடித்த பெண். காதலுக்கே உரியதாக அவன் சொன்ன அறிகுறிகள் எல்லாம் வினயனைவிட மாதவனுக்குத்தான் பொருந்துகின்றது என்று நான் அச்சத்தோடு புரிந்துகொண்டேன். எனக்கு அவனைப் பார்க்கவேண்டும் என்று தோன்றிக்கொண்டிருந்தது. தனித்து இருக்கும்போது பேசவேண்டும் என்று தோன்றிக்கொண்டிருந்தது. பார்க்கும்போது இதயம் நிறைவதும் பிரியும்போது உலகம் சூனியமாவதும் நடந்துகொண்டிருந்தன.

மனம் சஞ்சலமுற்றது. வினயனை ஆசைப்பட முயற்சிக்கும்போது குரங்கைப்போன்று அது மாதவனிடம் ஓடியது. மாதவன் எல்லா

இடத்திலும் நிறைந்திருந்தான். அப்பாவின் நம்பிக்கைக்குரியவன் ஆனான். அம்மாவுக்கு நல்ல பிள்ளையானான். சகோதரிகளின் பிரியமானவனானான். புடவை தேர்ந்தெடுப்பதற்கும் நகைகளுக்கு மாடல் பார்ப்பதற்கும் சென்னைக்கும் பெங்களூருக்கும் எங்களுடன் வந்தான். அவன் அருகில் வரும்போது நான் சமாதானமற்றவளானேன். விலகும்போது அதைக்காட்டிலும் சமாதானமற்றவளானேன். இதயத்தில் ஒரு டைம்பாம் துடித்தது.

வினயன் விடுமுறையில் ஊருக்கு வருகின்ற நாளுக்காக நான் பொறுமையின்றிக் காத்திருந்தேன். வினயனால் மட்டுமே என்னைக் காப்பாற்ற முடியும். என்னைப் பழைய துளசியாக ஆக்க முடியும். ஆனால், வினயன் இதையொன்றும் கண்டுகொள்ளவில்லை. விமானத்திலிருந்து இறங்கி வந்தபோது காத்திருந்த என் கண்களைப் பார்க்கக்கூட இல்லை. பேசியது விசாவைப் பற்றியும் கிரீன் கார்டைக் குறித்தும். எல்லா இரவுகளிலும் மாதவன் அழைத்தான். குரலில் செயற்கையான உற்சாகத்தோடு அவன் மிக நல்ல தையல் கடைகளைப் பற்றியும் புது ஃபேசன் நகைகளைப் பற்றியும் பேசினான். என்னுடைய மயில் நீல நிறத்திலான கல்யாணப் புடவைக்குப் பொருந்துகின்ற நகப்பூச்சைத் தேடி நகரத்திலுள்ள எல்லாக் கடைகளிலும் ஏறி இறங்கினான்.

“நீலப் புடவையும் பிளவுசும் டயமண்ட்டில் ஒரு மாலையும் கம்மலும் இல்லையா? நான் துளசிய மணமகளா கற்பனை பண்ணிப் பார்க்கிறேன்.”

“எதுக்குக் கற்பனை பண்ணறீங்க? கல்யாணத்தன்னைக்கு நேர்லயே பார்க்கலாம்...”

“அதைச் சொல்ல மறந்துட்டேன். கல்யாணத்துக்கு நான் இருக்கமாட்டேன். முதல்நாள் காலையிலேயே திரும்பிப் போய்விடுவேன்...”

“தட்ஸ் அன்ஃபெயர்...”

“கட்டாயப்படுத்தாதே, துளசீ. நான் வரமாட்டேன்.”

மாதவனின் குரல் திடமாக இருந்தது. நான் என்ன சொல்வதென்று தெரியாமல் ஃபோனை வைத்தேன். அசாதாரணமான ஒரு சலனத்தை அனுபவித்தேன். அடைக்கலம் வேண்டி நான் வினயனின் எண்ணுக்கு அடித்தேன்.

"வினயன், எனக்குப் பேசணும்னு தோணுது."

எனது குரல் கட்டுப்பாடின்றி நடுங்கியது.

"பேசணுமா? இந்த நேரத்துலயா? குட்நைட். உனக்கென்ன பைத்தியமா?"

வினயன் கொட்டாவி விட்டான். நான் பலவீனமாகவும் கோழையாகவும் ஆனேன். 'தூங்கு' என்று வினயன் சொன்னான். 'பேசுவதற்கு ஒரு வாழ்க்கையே மிச்சமிருக்கிறது. அமெரிக்காவுக்குப் போனதுக்குப் பிறகு நமக்கு நாம் மட்டும்தான் இருப்போம். உனக்கு என்னைப் போதும் போதும் என்றாகும்வரைக்கும் பேசலாம்.' எனக்கு அப்பொழுதே அவனைப் போதும் என்றாகிவிட்டது. நான் ஏமாற்றத்துடன் ஃபோனை வைத்தேன். அந்த நிமிடம் மனதில் துக்கமும் விரக்தியும் நிறைந்தன. திருமணம் சமாதானமின்மையைக் கிளறிவிட்டது. வினயன் தேவையில்லை என்று மனம் முறையிட்டது. அம்மா அப்பாவுடைய எதிர்பார்ப்பு நிறைந்த முகங்களுக்கு முன்னால் நான் உதவியற்றவளானேன்.

திருமணத்திற்கு இரண்டு நாட்களுக்கு முன்பு அம்மா மருத்துவப் பரிசோதனைக்குச் சென்றிருந்த ஒரு நண்பகலில் நானும் மல்லிகாவும் பேசிக்கொண்டிருந்த வரவேற்பறைக்குள் மாதவன் நீல நிற நகப்பூச்சுடன் நுழைந்தான். குறிப்பிட்டு எந்த அனுமதியும் கேட்காமல் வரவேற்பறையின் வெறும் தரையில் சம்மணமிட்டு உட்கார்ந்து என்னுடைய கால் விரலில் நகப்பூச்சைத் தடவினான். மல்லிகா வெடித்துச் சிரித்தாள். எதிர்ப்புக் காட்டியபோது மிக இயல்பாகவும் ஆத்மார்த்தமாகவும் மாதவன் எனது இரண்டு பாதங்களையும் பிடித்து வைத்துக்கொண்டான். 'அமைதியா இரு' என்று ஆணையிட்டான்.

என் பாதங்களை முதன்முதலாக ஒருத்தன் தொட்டான். எனக்கு மூளை குழம்பியது. அவன் சிரத்தையுடன் வேலையைத் தொடர்ந்தான். இடையில் மல்லிகாவிடம் தண்ணீர் கேட்டான். அவள் சமையலறைக்குப் போனபோது அவன் பாதங்களைக் கைகளில் எடுத்து வைத்துக்கொண்டு என்னைப் பார்த்தான். 'தாமரை மொட்டுப்போன்ற பாதங்கள்' - அவன் கிசுகிசுத்தான். அவனுடைய கண்கள் நிறைந்திருந்தன. கண்ணீரின் நனைவும் உதடுகளின் துடிப்பும் யதார்த்தமாக இருந்தன. என் உடல் தளர்ந்தது. அவன் பாதங்களில் முகம் பதித்து முத்தமிட்டான்.

அவனுடைய கண்ணீர் எனது பாதங்களில் பட்டது. எனக்கு சுய நினைவு தப்பியது. 'வினயன் இதுமாதிரி உன்னை முத்தமிட்டிருக்கிறானா?' அவன் அனுதாபத்தோடு கேட்டான். எனக்குத் தாழ்வுமனப்பான்மை தோன்றியது. 'அவன் உன்னை இப்படி முத்தமிடுவான் என்று நினைக்கிறாயா?' - அவன் எழுந்து என் முகத்தைக் கைகளில் ஏந்திக்கொண்டு கண்களைப் பார்த்தான். 'என்னுடைய முத்தங்கள் உனக்கான அர்ச்சனைகள். நீ மறுக்காதே. என்னைப்போல முத்தமிடுவதற்கு வினயனால் முடியாது. என்னைப்போல நேசிப்பதற்கு அவனுக்குத் தெரியாது. டேக் மை வேர்ட். நீ வருந்துவாய். என்னை வேண்டாமென்று விட்டதற்கு நீ அழுவாய். இன்னும் நேரம் இருக்கிறது.' மாதவன் என் கன்னத்தில் உதடு பதித்தான். ஆராதனையுடன் கழுத்தைக் கட்டிக்கொண்டான்...

"இன்னும் நேரமிருக்குது... ஆனால், ரொம்பக் கொஞ்சமா..."

அவனைத் தள்ளிவிட்டு நான் பக்கத்து அறைக்கு ஓடினேன். நான் செத்துப்போய்விட்டதாக எனக்குத் தோன்றியது. 'இன்னும் நேரம் இருக்கிறது.' இருபது வருடத்திற்குப் பிறகும் நான் அந்தக் குரலைக் காதில் கேட்டேன். இருபது வருடத்துக்குப் பிறகும் அவனுடைய தீண்டலை நான் நினைத்துப் பார்த்தேன். அவனுடைய தீண்டல். மாந்திரீகமான தீண்டல். எனது சுய நினைவை இழந்தேன். புல்லாங்குழல் இசையைக் கேட்ட கோபியரைப் போன்று நான் அனைத்தையும் மறந்தேன். அவன் என் உடலில் ஏதோ மாந்திரீகம் செய்தான். நான் நிலைதடுமாறினேன். வினயனை அழைத்தேன் - 'இந்தக் கல்யாணம் வேண்டாம்.' வினயன் கொந்தளித்தான் - 'துளசிக்குப் பைத்தியமா?' 'நமக்குப் பொருத்தமில்லை' - நான் பிடிவாதக்காரியானேன். வினயன் பரிகாசத்தோடு சிரித்தான்: 'காலம் கடந்துபோச்சு.' அவன் கோபத்தோடு ஃபோனை வைத்தபோது நான் மறுபடியும் நொறுங்கிப்போனேன். 'இந்தக் கல்யாணம் சரிப்பட்டுவராது' - நான் அப்பாவிடமும் சொன்னேன். அப்பாவும் சிரித்தார்: அப்பாவும் அம்மாவும் 'அளவுகடந்த செல்லம் கொடுத்ததன் விளைவு' என்றனர். யாரும் எனக்குச் செவி சாய்க்கவில்லை. யாரும் தெம்பூட்டவில்லை. எல்லா அடைக்கலமும் அறுந்து வீழ்ந்தன. அன்றிரவு நான் மாதவனுக்கு ஃபோன் பண்ணினேன்: 'நான் வாரேன்.' நான் மூச்சுவாங்கினேன். 'ஓ', அவன் ஆழ்ந்து பெருமூச்சுவிட்டான்: 'மூன்று மணிக்குக் குளித்துவிட்டுத்

தயாராகு. நான்கு மணிக்குப் பின்பக்கக் கேட்டுக்குக் கார் வரும். ஐந்து மணிக்குத் தேவி கோவிலில் தாலி கட்டலாம்.'

"தாலி?"

நான் திகைத்துப்போனேன். ஃபோன் வழியாக மாதவன் அடக்கிக்கொண்டு சிரிப்பதை நான் கேட்டேன்.

"துளசீ, நீ வருவீன்னு நான் உறுதியா இருந்தேன். தாலியும் மாலையும் வாங்கினேன். கோவிலில் கல்யாணத்துக்குப் பணம் கட்டினேன். எட்டு மணிக்கான பிளைட்ல தில்லிக்கு இரண்டு டிக்கெட்டும் புக் பண்ணியாச்சு. எல்லாம் எத்தனையோ நாளுக்கு முன்னாடியே."

சாகும் தருவாயில் இருக்கும் என் அம்மாவையும் யார் முன்னாலும் தலை குனியாத என் அப்பாவையும் இரண்டு தங்கைகளையும் வினயனையும் குரூரமாக அவமானப்படுத்திவிட்டு அன்று விடியற்காலையில் நான் ஓடிப்போனேன். பன்னிரண்டு வருடத்திய பிரிவுக்குப் பிறகும் ஒரு விசயத்தை ஒத்துக்கொள்ளாமல் இருக்கமுடியவில்லை. என்னுடைய பிருந்தாவனத்தில் அவன் மட்டும்தான் ஆண். எட்டு வருடங்கள் கணவனாக இருந்தான் என்பதற்காக அல்ல. இரண்டு குழந்தைகளுக்குத் தந்தையாக இருந்ததற்காகவும் அல்ல. அவனைப்போலக் காதலிக்க யாருக்கும் முடியவில்லை.

பன்னிரண்டு வருடத்துக்குப் பிறகு மாதவனை மீண்டும் பார்த்த நாளில் மாயிகரில் உள்ள இடிந்து சிதைந்த அறையில் படுத்துக்கொண்டு இதையெல்லாம் நான் நினைத்தேன். நினைவுகளின் குதிரைவண்டியில் அகப்பட்டுக்கொண்டு பயணம் செய்தேன். ஜன்னலுக்கு வெளியே மதன்மோகன் கோவிலின் பின்பக்கம் இருக்கும் தெருவிளக்கு பிரகாசமாக ஜொலித்தது. ஆளரவமில்லாத அமைதியான தெரு பைத்தியத்தை விழித்தெழச்செய்தது. தம்புராவைக் கையில் எடுத்துக்கொண்டு, கோவிந்ததேவன் கோவிலின் மேல்தளத்தில் பாட்டுப்பாடி நாட்டியம் ஆடவேண்டும் என்று ஏங்கினேன். நான் அவ்விடத்தின் துப்புரவாளினி. படிக்கட்டுகளின் சாவி என்னிடத்தில் இருக்கிறது. மூன்றாம் தளத்தில் நின்றால் பிருந்தாவனத்தைப் பார்க்கலாம். அங்கே நின்று நான் மீராபஜன் பாடி நாட்டியம் ஆடியிருக்கிறேன். மீராபஜன்.

மீரா அழுகிறாள் - கார்வண்ணா, இந்தச் சிறு தோணியைத் தொலைதூரக் கரையில் சேர்ப்பாயாக. வருவதும் போவதும் இல்லாமலாக்கு.

எனக்கு மாதவனைப் பார்க்கவேண்டும் என்று தோன்றியது. அவனைப் பார்த்தபோது உடல் விழித்தெழுந்தது நம்பமுடியாததாக இருந்தது. பன்னிரண்டு வருடங்களாக நாங்கள் பார்த்ததில்லை, பேசியதில்லை, தீண்டியதில்லை. இன்னொருமுறை நாங்கள் இணைகின்ற காட்சியை நான் கற்பனை செய்தேன். துர்நாற்றம் வீசுகின்ற புடவையையும் பழைய உள்ளாடைகளையும் அவிழ்த்துப் போட்டுவிட்டு, எலும்பும் தோலுமான உடலை நிர்வாணமாக்கிக்கொண்டு நான் அவனுக்கு முன்னால் நிற்பேன். மொட்டைத்தலையை வெறுப்பேற்றும்படி சொறிவேன். சரிந்து தொங்கும் மார்பையும் கூன் விழுந்த முதுகையும் கொழுப்பு வற்றி பரிதாபத்துக்குரியவையான தொடைகளையும் பிளந்து அழுக்கேறிய நகங்களுள்ள கால்களையும் நான் வெட்கமின்றித் திறந்து வைப்பேன். அழகின் அர்த்தத்தை நான் அவனுக்குக் கற்பிப்பேன். காதலால் அவனையும் புனிதப்படுத்துவேன்.

இரண்டு

சொந்த வாலையே விழுங்கிவிட்ட பாம்பைப் போன்றிருந்தது எனது காதல். தன்னையே வாயிலிடுவதற்கு முயற்சித்து அது வட்டமடித்தது. பசி ஒருபோதும் அடங்கவில்லை. வாய் விடுதலை பெறவுமில்லை. ஆனால் ஒன்று இருக்கிறது. அது தன்னம்பிக்கையை அதிகரிக்கச்செய்தது. அதுவரை எனக்கு என்னைப்பற்றிய சுயமரியாதைதான் தன்னம்பிகையாக இருந்தது. ஆனால், நான் மதிப்பவர்களுக்கு என்மீதுள்ள அபிப்பிராயம்தான் தன்னம்பிக்கை என்று நான் கண்டுபிடித்தது மிகவும் பிற்பாடுதான். மாதவனைக் காதலித்ததற்குப் பிறகு. தரிசனமும் அன்னதானமும் பிச்சையெடுத்தலும் முடிந்து தட்டுத் தடுமாறி நவநீதா அறைக்குள் வந்தபோதும் நான் படுத்துக்கிடந்தேன். 'உன்னுடைய நெருங்கிய உறவுக்காரர் யாரோ ஆஸ்பத்திரியில் படுத்திருக்காங்க துளசீமாயி, டெம்பிள் டிரஸ்ட்டி போகச்சொன்னார்' என்று நவநீதா சொன்னபோது மாதவனின் புதிய உருவம் மனதில் தோன்றியது. நான் குரூரமாகச் சிரித்தபோது துருவேறிய கட்டில் சப்தத்தோடு ஆடியது. 'டிரஸ்டியா? எந்த டிரஸ்டி? பிருந்தாவனத்தில் ஒரு டிரஸ்டிதான் உண்டு, நவநீதாமாயீ. அது ஸ்ரீகிருஷ்ணன்தான்.' இரவு நவநீதாவும் சமேலியும் உறங்கியபிறகும் நான் விழித்துக் கிடந்தேன். பல ஆண்டுகளுக்குப் பிறகு நான் விரும்பினால் தூங்கக்கூடிய நாளாக இருந்தது அது.

மாயிகர் ஓர் இடிந்த கட்டடம்; இரண்டு கைகளையும் நீட்டினால் சுவர்களில் முட்டக்கூடிய இடுங்கிய நடைகூடம். இரண்டு பக்கமும் மூன்றுபேர் பகிர்ந்து கொள்கின்ற இருநூறு சதுரடியுள்ள அறைகள். நாள் ஒன்றுக்கு ஐந்து ரூபாய் வாடகை. நான் வந்த காலத்தில் ஒரு ரூபாய். அன்று நாள் ஒன்றுக்கு அலவன்ஸ் இரண்டரை ரூபாய். கனஷியாம் பண்டிட்டுக்கும் கோவில் அறங்காவலர் ராமகிருஷ்ண பண்டிட்டுக்கும் ஆளுக்கு ஐயாயிரம் கொடுத்துத்தான் நான் இந்தக் கட்டிலைச் சொந்தமாக்கினேன். பன்னிரண்டு ஆண்டுகளுக்கு முன்பு. ஆயிரத்துத் தொள்ளாயிரத்துத் தொண்ணூற்றி ஐந்து பிப்ரவரியில். அன்று என்னுடைய பிறந்த நாள். குழந்தைகளைக் கைவிட்டதன் தொண்ணூறாவது நாள். திருவனந்தபுரம் மருத்துவக் கல்லூரியின் மனநல வார்டில் இருந்து விடுவிக்கப்பட்டதன் இரண்டாவது நாள். மருத்துவமனையிலிருந்து அப்பாவின் காரில் நான் வீட்டுக்கு வந்தேன். துணிச்சலானவரான பழைய ஐ.ஜி. கம்பீரம் வடிந்து தளர்ந்துபோனார். அப்பா கண்ணீரை ரகசியமாகத் துடைப்பதை நான் ஓரக்கண்ணால் பார்த்தேன். இரவு நான் டிராவல் ஏஜென்ஸிக்கு அழைத்து தில்லிக்கு ஒரு விமான டிக்கெட் புக் பண்ணினேன். காலையில் அப்பாவின் அலமாரியில் இருந்து இரண்டு மூன்று நூறுரூபாய் கட்டுகளைத் திருடிக்கொண்டு தில்லிக்கு இன்னொரு முறையும் ஓடிப்போனேன். விமானநிலையத்திலிருந்து வாடகைக்கு எடுத்த காரில் ஹோட்டலை அடைந்து செக்இன் செய்ததற்குப் பிறகு தில்லியில் வழக்கமாகச் செல்லும் அழகு நிலையத்தில் தலையை மொட்டையடித்துக்கொண்டேன்.

“ஆப் க்ய் கஹ்தே ஹை?”

அழகுக்கலை நிபுணி என்னுடைய நீண்டு கருத்துப் பளபளக்கின்ற கூந்தலைக் கையில் எடுத்துப் பார்த்துத் திகைத்துப்போனாள்.

“இத்னி சுந்தர் கேஷ்.”

“ஐ வாண்ட் டு பி ஃப்ரீ.”

“இனி ஒருபோதும் இது பழையமாதிரி ஆகாது.”

“இனி ஒருபோதும் எதுவும் பழையமாதிரி ஆகப்போவதில்லை.”

நான் கொட்டாவி விட்டேன். என்னசெய்வதென்று தெரியாமல் அவள் என்னுடைய தலையில் கத்தியை வைத்தாள். நீண்டு

பளபளக்கின்ற முடிச்சுருள்கள் செத்த பாம்புகளைப் போன்று நழுவி விழுந்தன. தலை, நூலில் கட்டித் தொங்கவிட்ட ரப்பர் பலூன் போல ஆனது. உயரப் பறப்பதற்கு ஏங்கினேன். அசோகர் சாலை வழியாக நான் இலக்கின்றி நடந்தேன். குளிர் காற்று மொட்டைத்தலையில் கிச்சுக்கிச்சு மூட்டியது. இடையிடையே நான் மொட்டைத்தலையைத் தடவினேன். என்னை யாரும் நான் விரும்பிய அளவு நேசிக்கவில்லை. என்னை நினைத்து யாரும் இதயம் உருகி அழுததில்லை. முப்பதாவது வயதில் நான் ஒரு சூனியமாக ஆகிப்போனேன். உடைந்த பலூன் போன்று வாழ்க்கை வெறுமையாகிப் போனது. ஒருவேளை, எல்லாப் பெண்களுடைய நிலையும் இதுவாகத்தான் இருக்கும். அப்போதிருந்த மனநிலையில் எதிரில் வந்த பிச்சைக்காரனை நான் நேசித்திருப்பேன். அவன் மாதவனைப் போன்று பார்த்திருந்தானென்றால், அவனைப் போன்று சிரித்திருந்தானென்றால், அவனைப் போன்று ஈரமான ஒரு வார்த்தையாவது பேசியிருந்தானென்றால். அந்த மங்கலான உச்சி வெயிலில் பிப்ரவரியின் குளிர்காற்றில் சில்லிட்டுப்போன மொட்டைத் தலையுடன் நான் பூத்திருந்த ஒரு மரத்தைப் பார்த்துக்கொண்டு பாதையோரத்தில் நின்றேன்.

வசந்தம் நிலையற்ற ஏற்பாடுதான் என்று நினைத்து எனக்கு மரத்துடன் குரோதமும் அடுத்த ஜென்மத்தில் மரமாகி விட்டேனென்றால் என்று நினைத்து வெறுப்பும் தோன்றியது. அப்படியிருந்தால் என்னவொரு கொடுமையாக இருக்கும். யாரெல்லாமோ கிளை ஒடிப்பார்கள். மரங்கொத்திகளும் ஒட்டுண்ணிக் கொடிகளும் துன்புறுத்தும். வன்மத்தை உள்ளுக்குள் அடக்கவேண்டி வரும். நான் ஒரு மரமானால், சபித்துக்கொண்டே பூக்கவும் பிடிவாதத்துடன் இலையுதிர்க்கவும் செய்வேன். என்னுடைய மலர்களில் விஷத்தை நிறைப்பேன். அதைக் குடித்து வண்டுகளும் பட்டாம்பூச்சிகளும் சருகோடு சருகாக உதிரும். அடுத்த பிறவியிலும் நான் எல்லாவற்றையும் அழிப்பேன். அப்போது எதிரில் சுற்றுலா நிறுவனத்தின் பெயர்ப்பலகையைப் பார்த்தேன். மதுரா வழியாக ஆக்ராவுக்குச் செல்லும் பேருந்துச் சேவை. 'மதுரா' என்ற சொல் தசையைத் துளைத்துக்கொண்டு மறைந்து கிடந்த மாதவனின் நினைவு என்னும் ஆணியின் முனையில் பட்டது. காயத்தில் ரத்தம் வரத் தொடங்கியது. நான் மூச்சிரைப்போடு ஹோட்டலை நோக்கி நடந்தேன். வரவேற்பறையிலும் முக்கியமான சுற்றுலாத் தளங்களுக்கான

பேருந்து, ரயில் சேவைகளின் நேரத்தையும் கார் வாடகையையும் விளம்பரப்படுத்தியிருந்தனர். அங்கேயும் 'மதுரா' என்ற சொல்லை நான் பார்த்தேன்.

இரவு தனியாகப் படுத்திருந்தபோது மீண்டும் பைத்தியம் பிடித்துக்கொண்டது. பார்க்கும் இடத்திலெல்லாம் மாதவனைக் கண்டேன். பிரியம் இல்லாமல் எதற்காக அவன் என்னை ஏற்றுக்கொண்டான்? அவனுக்கு நான் யாராக இருந்தேன்? பயன்படுத்திவிட்டுத் தூக்கி எறியப்பட்ட மண் குடம். அது சிதறிப்போனது. சில்லுகள் பல பக்கங்களிலும் தெறித்தன. இனி ஒருபோதும் அதற்குப் பழைய உருவம் இல்லை, இருப்பு இல்லை. இனி ஒருபோதும் அது நிறைதலை அறியப்போவதில்லை.

உறங்குவதற்காக நான் வோட்கா ஆர்டர் செய்தேன். மாதவனைப் பற்றிய உண்மைகளைக் கண்டுபிடிக்கும் வரைக்கும் எனக்கு மது வெறுப்பாக இருந்தது. பின்னர், நான் அவனுடைய மதுவைத் திருடினேன். மதுக்குடித்தபோது தலையை மொட்டையடித்த லேசான உணர்வு தோன்றியது. அப்போதும் பிறந்தநாளை நினைக்கவில்லை. மதுராவுக்குச் செல்லவேண்டும் என்பதை முடிவுசெய்யவில்லை. ஆனால், இரவு ஒரு கனவு கண்டேன். அதிபயங்கரம். விற்கப்பட்ட வீட்டின் தென்புறம் சேலத்து மாமரம் உள்ளது. ஆளரவமற்றதும் அமைதியானதுமான மாமரத்தடிக்கு நான் களைத்துப்போன தூக்ககலக்கம் நிறைந்த கண்களோடு திரும்பிச் சென்றேன். பெரிய மாங்காய் குலைகளைப் பார்த்து மகிழ்ந்தேன். திடீரென்று பூமியை அதிரவைத்துக்கொண்டு மிகப்பெரிய ஒரு கரும்பாம்பு மாங்காய்களின் பெரிய குலைகளுக்கு இடையே புகுந்து கீழ்நோக்கிச் சுருளை அவிழ்த்துக்கொண்டு இறங்கி, சற்று மேலே இருந்த கிளையிலிருந்து பயங்கரமாகத் தொங்கிக்கொண்டு ஆடியது. அதனுடைய கருத்த வால் நுனி எனது பாதத்திற்கு மிக அருகில் வரை நீண்டிருந்தது. யானையளவு பெரிய மூன்று தலைகளில் வீட்டுக்கும் மேலாகப் படம் விரித்தது. நடுவில் இருந்த தலை வெள்ளை நிறத்தில் இருந்தது. ஆறாகப் பிரிந்த ரத்த நிற நாக்கை ஆகாயத்தில் பயங்கரமாக ஆட்டியது.

நான் பயந்து நடுங்கி வீட்டின் கிழக்குப் பக்கமாக ஓடி, விளையாடிக்கொண்டிருந்த குழந்தைகளை வாரியெடுத்துச்சென்று தொழுவத்தின் தாழ்வாரத்தில் ஒளித்து வைத்தேன். ஆனால், இளையவன் என் கையிலிருந்து விடுபட்டு மாமரத்தடிக்கு

ஓடினான். 'கண்ணா' என்று கத்திக்கொண்டு நான் பின்னாலேயே ஓடினேன். அதற்குப் பிந்தைய காட்சி பயங்கரமாக இருந்தது. எறும்புப் புற்று கலைந்தது போன்று, எலிகள் அளவு பருமனுள்ள எண்ணற்ற குரங்குகள் முன்பு பார்த்த பாம்பைக் கடித்துப் பிய்த்துத் தின்றன. மூன்று தலைகளையும் வாலையும் அடித்துக்கொண்டு பாம்பு உயிர்வேதனையால் நெளிந்தது. எதற்கும் பயப்படாத என் கண்ணன், ஒரு குரங்குக்கு நேராகக் கை நீட்டினான். குரங்கு பின்புறம் திரும்பி எரிச்சலோடு சீறியது. அதன் வாயிலிருந்து நீலம்பாய்ந்த ரத்தம் சொட்டியது. நான் கண்ணா என்று கத்திக் கூப்பிட்டுக்கொண்டு எழுந்துவிட்டேன். எழுந்தபிறகும் கிடுகிடுவென்று நடுங்கிக்கொண்டிருந்தேன். கண்ணனைத் தவிர்த்து மற்றவையனைத்தும் உண்மையாகவே அனுபவப்பட்டது. கண்ணனைத் தவிர்த்து. அம்மா என்று கூப்பிடுவதற்கு அவன் இல்லை. இருந்தாலும் 'கண்ணா' என்ற அலறல் ஒடுங்கிக்கிடக்கும் பிச்சைப் பாத்திரத்தில் கிடக்கும் சில்லறைக் காசு போன்று மண்டையோட்டுக்குள் சப்ததோடு உருண்டது.

அன்றைய இரவில் அதற்குப் பிறகு தூக்கம் வரவில்லை. மதுவின் பாரமும் மரமரப்பும். படுக்கையில் உருண்டு புரண்டுகொண்டிருந்தபோது அடுத்தநாள் கிளம்பலாம் என்று முடிவு செய்தேன். பயணம், காதலினுடையதைப் போன்றே பேயின் மன அமைதியின்மையையும் போக்கும். மதுராவுக்கான இரண்டரை மணி நேர ரயில் பயணத்தில், கூட்ட நெரிசலில் நின்றுகொண்டு நான் தூங்கிவிட்டேன். உறக்கத்தில் மாதவனைக் கனவு கண்டேன். நாங்கள் மீண்டும் ஓடிப்போனோம். அவசரத்தில் நாங்கள் தழுவிக்கொண்டு விழிகளில் விழிகளைப் பதித்தோம். மாதவனின் நீண்ட கண்ணிமைகள் உள்ள பெரிய கண்களில் நான் லயித்துப்போனேன். அந்த நேரத்தில் அதுவரைக்கும் நடந்ததெல்லாம் கெட்ட கனவாகிப்போனது. மாதவன் வெதுவெதுப்பான மேகம் போன்று என்னைச் சூழ்ந்தான். 'நாம மதுராவுக்குப் போகலாம்' - மாதவன் முதலிரவில் பேசியதுபோன்று கிசுகிசுத்தான். அவனுடைய மீசை முடிகள் காதில் உரசின. நான் கிச்சுக்கிச்சு மூண்டு சிரித்தேன். கண்களைத் திறந்தபோது மொட்டைத்தலையும் உடலுக்குப் பொருந்தாத ஜீன்சும் கசங்கிய சட்டையும் உடுத்தி நின்றுகொண்டு நான் கிச்சுக்கிச்சு மூண்டு சிரித்துக்கொண்டிருந்தேன். நான் முட்டாளானேன்.

விழித்திருக்கும்போது செய்வதுபோலவே உறக்கத்திலும் மாதவன் என்னை முட்டாளாக்கினான்.

பன்னிரண்டு வருடங்களுக்கு முன்பு. மதுரா ரயில் நிலையத்திலிருந்து ஐம்பது ரூபாயாக இருந்தது அன்று பிருந்தாவனத்துக்கான கூலி. குதிரை வண்டியில்தான் போனேன். மோசமான பயணம். புழுதி கிளம்பும் பழுதடைந்த சாலைகளும் அழகற்ற சுற்றுப்புறமும். கருத்த பட்டைகளால் கண்கள் மறைக்கப்பட்ட குதிரை சோம்பலாக நகர்ந்தது. வண்டிக்காரன் 'மதுபன்' என்று ஒரு முள் காட்டைச் சுட்டிக்காட்டினான். கற்பனையிலிருந்த மதுவனத்தை நினைத்துக்கொண்டு நான் சுய அவமதிப்புடன் சிரித்தேன். அங்குமிங்கும் அழுக்கடைந்த கோபுரங்கள் எழும்பி நிற்கின்ற சிறிய நகரத்தின் சுத்தமில்லாத தெருவோரத்தில் இருக்கும் சிறிய பெட்டிக்கடைகளுக்கு முன்னால் சாக்கடையோரம் வண்டி நின்றது. வண்டிக்காரன், 'பிருந்தாவனம் வந்தாச்சு, மேம்ஸாப்' என்று சொன்னபோது நான் மீண்டும் சதியின் வலியை அனுபவித்தேன். பொய்கள்தான். எல்லாம் பொய்கள்தான். கிருஷ்ணனும் யமுனையும் காளிந்தியும் பிருந்தாவனமும் கோகுலமும் கதம்பவனமும் எல்லாம். உண்மையை உணர்ந்துகொள்வதற்குத் திரும்பிச் செல்ல முடியாத தூரங்கள் பயணிக்கவேண்டி வருகிறது.

குதிரை வண்டிக்காரன்தான் கனஷியாம் பண்டிட்டை அறிமுகப்படுத்திவைத்தான். ஆங்கிலம் தெரிந்த வழிகாட்டி. வெள்ளை கதர் ஜிப்பாவும் பைஜாமாவும் உடுத்தி நெற்றியில் நீண்ட நாமம் தரித்த பண்டிட் பிருந்தாவனத்தைச் சுற்றிக் காண்பித்தார். ஐயாயிரத்திற்கும் அதிகமான கோவில்கள் இருக்கின்றன என்று அவர் சொன்னார். பிருந்தாவனத்தில் வீடுகள் இல்லை. ஒவ்வொரு வீடும் கோவில்தான். ஒவ்வொரு மணல் துகளிலும் கிருஷ்ணர் இருக்கிறார். அரங்கநாதர் கோவிலின் தென்னிந்தியக் கோபுரத்தையும் சேவாகுஞ்சையும் பிச்சிக்காட்டையும் அவர் காண்பித்தார். நான் அப்போது பழிவாங்கலுக்கான வழிகளைத் தியானித்தேன். அப்போதும் பிருந்தாவனத்தில் தங்குவதற்கு ஆசைப்படவில்லை. ஆனால், கோவிந்ததேவன் கோவிலில் வைத்து ஒரு அடி விழுந்தது. பதினாறாம் நூற்றாண்டில் ஒருகோடி ரூபாய் செலவு செய்து, அக்பர் கொடையளித்த சிவப்பு மார்பிளில் ராஜா மான்சிங் கட்டிய ஏழு தளங்கள் உள்ள கோவில். பின்னர், ஔரங்கசீப் தாக்கினான். நான்கு தளங்களைத் தகர்த்தான். இப்போது கோவில் சூனியம். அதில்

சிலை இல்லை. சிறிய பெட்டிக்கடைகளுக்கு இடையில் நின்று பார்க்கும்போது எண்ணிக்கையற்ற தூண்கள் உள்ள சிவந்த கோவில் பேய்வீடுபோலத் தோன்றியது. மேல் தளங்களில் புறாப்படையும் மைனாக்களின் படையும் பயங்கரமாகச் சிறகடித்தன. எனக்கு இந்த இடம் பழக்கப்பட்டதாகத் தோன்றியது. கோடை காலத்தின் சாம்பல் வெயில். எண்ணிக்கையற்ற தூண்கள். உள்ளே சிவந்த இருள், வெறுமை. நான் மொட்டைத்தலையைச் சொறிந்தேன். அந்தச் சமயத்தில்தான் நம்பமுடியாதது நடந்தது. குரங்குகளின் ஒரு படை கண்ணில் பட்டது. என்னுடைய கெட்ட கனவில் வந்ததுபோன்று எண்ணிலடங்காக் குரங்குகள். நான் என்னையறியாமல் கத்திவிட்டேன்.

"கிருஷ்ணனுடைய சகிகள் மேடம், பயப்படாதீங்க."

கனஷியாம் பண்டிட் அமைதிப்படுத்தினார்.

மூச்சிரைப்போடு அவரைப் பின்தொடர்ந்தபோது நான் குழந்தைகளை நினைத்தேன். என் மனம் அலைபாயத் தொடங்கியது. 'ராமேஸ்வரத்திலிருந்து பிருந்தாவன் வழியாகக் காசிக்குப் போவது பெரிய புண்ணியம்' என்று வழிகாட்டி விவரித்தார். சவக்கல்லறைகளைப் போன்று பெயரும் முகவரியும் இந்தியிலும் ஆங்கிலத்திலும் பொறிக்கப்பட்ட மார்பிள் பலகைகள் பதித்த கட்டடத்திற்குத்தான் கனஷியாம் அழைத்துச் சென்றார்.

"ராதாபல்லப் சிலை இப்போது இங்கேதான் இருக்கிறது, மேடம்."

பெயரும் முகவரியும் பொறிக்கப்பட்ட எண்ணிலடங்காக் கற்பலகைகளில் நான் கண்களை ஓடவிட்டேன்.

"இதுமாதிரி மேடத்துடைய பெயரும் வெட்டி வைக்கலாம். கிவ் ஸம் கான்றிபியூஷன் டு த டிரஸ்ட்."

ஐம்பதாயிரம் ரூபாய் கொடுத்தால் வீட்டில் உள்ள எல்லோருடைய பெயரையும் பொறித்து வைக்கலாம் என்று அவர் சொன்னார். அந்தத் தொகை அகதிகளுக்குப் போய்ச்சேரும். எனக்குச் சிரிப்பு வந்தது. மொட்டைத்தலையைச் சொறிந்துகொண்டு நான் சோம்பலாக உள்ளே நடந்தேன். திடீரென்று சிரிப்பு காணாமல் போய்விட்டது. கால்கள் மரத்துப்போயின. சோபானத்தில் (கருவறைக்குச் செல்லும் புனிதப் படிகள்) படம் விரித்த காலசர்ப்பத்தின் சிலை. அதன் படங்களுக்குக் கீழே கிருஷ்ணன்

புல்லாங்குழல் ஊதிக்கொண்டிருந்தான். நான் கண்களை விழித்துப் பார்த்தேன். கனவில் கண்ட அதே பாம்பு. பளபளக்கும் கரிய உடல். மூன்றாகப் பிரிந்த தலை. நடுவில் இருப்பது தூய வெள்ளை நிறம். ரத்த நிறமுள்ள நாக்கு. எனக்குப் பைத்தியம் பிடித்தது. அதன்பிறகுதான் மீராசாதுக்களைப் பார்த்தேன். பிறந்தநாள் நினைவு வந்தது. தரிசனமும் அன்னதானமும் முடிந்து வெள்ளை முட்டைகளோடு நகர்கின்ற எறும்புகளைப் போன்று அறைகளை நோக்கித் திரும்பிச் செல்கின்ற விதவைகள். எண்ணெய் தீர்ந்து, தீபம் அணைந்த முகங்கள். சூனியமான வாழ்க்கைகள். அந்தப் பிறந்தநாளுக்கு மீராவாக மறுபிறப்பெடுக்க நான் முடிவுசெய்தேன்.

மீராசாதுவாக ஆவதற்கு அனுமதி கேட்டபோது, கோவில் அறங்காவலர் ராமகிருஷ்ண பண்டிட் தாம்பூலத்தை மென்றுகொண்டு பரிவோடு பார்த்தார்.

"உங்களுக்கு இது தேவைதானா? நீங்க ரொம்பச் சின்ன வயசு. எத்தனை அழகு..."

"நான் விதவை."

நான் அடம்பிடித்தேன்.

"வீட்டுக்குத் திரும்பிப்போ மகளே."

"எனக்கு வீடில்லை."

"நாங்க உங்கள படம்பிடிச்சு போலீசுக்குக் கொடுப்போம். அவங்க வீட்டைத் தேடிக் கண்டுபிடிப்பாங்க."

"நீங்கள் என்னைத் துன்புறுத்த முயற்சி செஞ்சதா நானும் புகார் கொடுப்பேன்."

"பாரும்மா, இங்க எல்லா இடமும் ஃபுல் ஆயிடுச்சு... யூ நோ சம்திங், மதுரா ஈஸ் நோன் ஏஸ் த சிட்டி ஆஃப் விடோஸ்... அன் அஃபீஷியலி தேர் ஆர் டென் தௌசண்ட்... எங்கேயும் இடமில்லை..."

"பத்தாயிரத்தோட ஒண்ணு கூடினா என்ன, கொறஞ்சா என்ன? எனக்கு ஒரு இடம் கொடுத்தே ஆகணும்."

நான் பையில் இருந்த நூறு ரூபாய் கட்டு ஒன்றை எடுத்து வெளியே வைத்தேன்.

"நீங்க கிரிமினலா இல்லை வேறு எதாவதா?"

"எங்க அப்பா கேரளாவுல ஐ.ஜி.யா இருந்தாரு."

பண்டிட் யோசனையோடு என்னைப் பார்த்தார். 'இங்கே பெருங்கஷ்டமாக இருக்கும்.' அவர் முன்னறிவிப்புக் கொடுத்தார். 'உங்களைப் போன்ற நல்ல குடும்பத்தில் பிறந்த பெண்களுக்கு ஒத்துவராது.' 'எனக்குக் குடும்பம் இல்லை,' நான் சொன்னேன். 'என்னுடைய கணவன் கிருஷ்ணன். என்னுடைய வீடு பிருந்தாவனம். இங்கேதான் இனியுள்ள என்னுடைய வாழ்வும் சாவும். நான் பிடிவாதக்காரி.' இறுதியில் அவர் சம்மதித்தார். பத்தாயிரத்தில் நானும் சேர்ந்தேன். நான் மீராசாதுக்களின் துணிகளைத் துவைத்தேன். அவர்களைக் கவனித்துக்கொண்டேன். உணவு சமைத்தேன். கையைப் பிடித்து தரிசனத்துக்கு அழைத்துச் சென்றேன். கோவிந்த தேவன் கோவிலின் மூன்று தளங்களைக் கூட்டிப் பெருக்கினேன். ரங்காஜி கோவிலின் நடைபாதைகளைச் சுத்தம் செய்தேன். எல்லாம் மாதவனுக்கான அர்ச்சனைகள். பழிவாங்கலின் மலரஞ்சலிகள்.

ரங்காஜி கோவிலில் மூன்று மணிக்கான மணி ஒலித்தது. நவநீதாவுடையதும் சமேலியுடையதும் அழுக்குத் துணிகளோடு நான் யமுனை ஆற்றுக்குப் போனேன். கஞ்சா புகைத்துக் கிரங்கிப்போன ஒரு சன்னியாசி பாறையின்மேல் அம்மணமாகத் தூங்கிக்கொண்டிருந்தார். குளிர்காற்று குரூரமாகப் புல்லாங்குழல் ஊதியது. நான் தண்ணீரில் இறங்கினேன். கருத்த அலைகள் பாதங்களைச் சுற்றிச் சுழன்றடங்கின. யமுனையும் ஒரு மீராசாதுதான். தண்ணீர் வற்றி உடல் மெலிந்தும் எலும்பு துருத்தியும் சுருண்டு படுத்துறங்குகிறாள். பக்தியைப் பாசாங்கு செய்து தர்ப்பணம் நடத்தி, தலையில் சடாமுடியின் பாரத்துடன் தூய்மையற்ற ஆண்கள் தங்களுடைய அழுக்குளை அவளில் கழுவுகின்றனர். நான் ஒரு மீரா பஜனை முணுமுணுத்தேன்.

தகர்க்கப்பட்ட இதயத்தோடு,

"நாதா, மீரா இரவுதோறும் ஆற்றோரத்தில் காத்திருக்கிறாள். உன்னைக் காண்பதற்கு வேண்டி மட்டுமே..."

எனக்கு மாதவனின் நினைவு வந்தது. காயங்கள் குரோதத்தோடு விழித்துக்கொண்டன. பார்க்கவேண்டும் என்று எனக்கும் தோன்றியது. தடியூன்றி வாயிலைக் கடந்து செல்லவேண்டும்.

'ஜீத் ரஹோ மஹாசாய்... ஜீத் ரஹோ. இன்னும் சேலைகளைக் கவர்வதற்காகவும் மண் குடங்களை உடைப்பதற்காகவும் கோபியர்களை மகிழ்விக்கவும் சிரஞ்சீவியாக இருப்பாய்' என்று ஆசிர்வதிக்க வேண்டும். மனதில் வன்மம் பற்றி எரிந்தது. என்னுடன்தான். எனது வாலை விழுங்கி என் பசியை அணைத்தேன்.

மூன்று

பாத்திரத்தைக்கூட உருக்குகின்ற அமிலமாக இருந்தது மாதவனின் காதல். என் தசை வெந்து, எலும்பு உருகியது. நான் அவனுக்குள் இரண்டறக் கலந்துவிட்டேன். என்னை அவன் 'ராதா' என்று அழைத்தான். இடுப்பில் வைத்துக்கொண்டும் தோளில் சுமந்தும் குறும்பு செய்தான். தேனிலவின் தொடக்க நாட்களில் ஒரு பெண்ணை எப்படியெல்லாம் மகிழ்விக்கலாம் என்று காண்பித்தான். கம்ப்யூட்டரில் இடது கையால் அடுத்தநாளுக்கான புலனாய்வுச் செய்தியைத் தட்டச்சுச் செய்யும்போது வலது கையால் என்னைக் கிச்சுக்கிச்சு மூட்டினான். 'எனக்குப் பெண்கள் சிரிப்பதைப் பார்க்க வேண்டும்', அவன் சொன்னான். 'சிரிக்காத பெண்களை எனக்குப் பிடிக்காது. கண்ணீரை நான் வெறுக்கிறேன்.'

பிளாட்டில் என் சிரிப்புகள் உயர்ந்தன. எத்தனை விதமான சிரிப்புகள். புன்னகைகள், அடக்கமான சிரிப்புகள், கிச்சுக்கிச்சு மூட்டிய சிரிப்புகள், வெடிச்சிரிப்புகள், மூச்சுமுட்டும் சிரிப்புகள், சிரித்துச் சிரித்துக் குழைந்து கண்கள் நிறையும். களைத்துப்போய் படுத்திருக்கும்போது அவனுக்குக் காமம் விழித்துக்கொள்ளும். வெறும் தரையில் மண்டியிட்டு அமர்ந்து முதலில் என்னுடைய பாதங்களிலும் பின்னர் முடியிலும் முத்தமிடுவான். தணிந்த குரலில் எனது தலைமுடியையும் கண்களையும் கன்னங்களையும் புகழ்ந்துரைப்பான். பார்வையால் அவன் என்னை அழகியாக்கினான். தீண்டலால்

தேவதையாக்கினான். கலவி மாதவனுக்கு ஒரு புனிதச் சடங்காக இருந்தது. எனக்கு மாதவனின் மார்பு நினைவுக்கு வந்தது. பெரியதொரு பறவையின் நெஞ்சைப் போல மென்மையாகவும் கதகதப்பாகவும் இருந்தது அது. அவனுடைய நெஞ்சில் இறகு போலவோ துளசி இலை போலவோ நான் வாடிக்கிடந்தேன்.

நான் எல்லாவற்றையும் மறந்தேன். நேசித்தேன். இடையில் எப்போதாவது உறவினர்களையோ அப்பாவின் நண்பர்களையோ எதிர்பாராமல் சந்திக்கும்போது என்றாலும் 'துளசீ, உன்னால் எப்படி இப்படிச் செய்ய முடிந்தது' என்ற கேள்விக்கு முன்னால் 'வேறு என்ன செய்திருக்க வேண்டும்' என்று உண்மையிலேயே ஆச்சரியப்பட்டேன். நேசிக்கப்படாதவர்களும் நேசிக்காதவர்களுமான பெண்களைக் குறித்து நினைத்து ஆத்மார்த்தமாக வருத்தப்பட்டேன். காதல் அறியாப் பெண்கள் பெற்றெடுத்த குழந்தைகளைப் பற்றி நினைத்து ஆத்மார்த்தமாகக் கவலைப்பட்டேன். ஐ.ஐ.டி.யில் இருந்து சாதனை மதிப்பெண்ணுடன் பட்டம் பெற்ற நான் மாதவனின் தாசியானேன். அவனுடைய ஆடைகளைப் பாசத்தோடு துவைத்தேன். பக்தியோடு இஸ்திரி போட்டேன். அவனுக்குப் பிடித்த உணவை ஆராதனையுடன் சமைத்தேன். அவன் உட்காரும் இடத்தையும் நிற்கும் இடத்தையும் தூய்மைப்படுத்தினேன். நான் அவனிடத்தில் என்னைச் சமர்ப்பித்தேன். அவன் என்னைக் காருண்யத்தோடு கைக்கொண்டான்.

மாதவன் குறிப்பிட்ட இடைவேளைகளில் வீட்டிற்கு ஃபோன் செய்வான்: 'துளசீ, நீ என்ன செய்கிறாய்? குக்கிங் முடிந்துவிட்டால் கொஞ்ச நேரம் புத்தகம் வாசி. இல்லாவிட்டால் கொஞ்சம் வெளியே போய்வா. உன்னுடைய குரலில் என்ன சோர்வு? அங்கே ஆரஞ்சு இருக்கில்லையா? ஒரு ஜூஸ் போட்டுக் குடி' - நான் வெடித்துச் சிரிப்பேன்.

"கொஞ்சம் சீக்கிரம் வந்தா போதும், ஆசானே..."

"இல்லாவிட்டாலும் பெண்கள் இப்படித்தான். அவங்களுக்கு எப்பவும் கொஞ்சிக்கிட்டே இருக்கணும்."

"நான் நல்லதொரு பெண்ணாத்தான் இருந்தேன்."

"துளசீ, உன்னை நான் இன்னும் கெட்டவளாக்குவேன்..."

“ஆமாம்...”

நான் மீண்டும் வெடித்துச் சிரிப்பேன்.

“இருபத்தேழு காதலிகளையும் இப்படி முத்தமிட்டிருக்கீங்களா?” ஒருமுறை நான் கேட்டேன்.

“ஆமாம்னா?”

“எனக்குப் பொறாமை வருது.”

“கூடாது... பொறாமை இருக்கக்கூடாது. பொறாமை இல்லாததுனாலதான் அர்ஜுனனை பகவான் ஸ்ரீகிருஷ்ணன் நேசிச்சாரு - மகாபாரதத்துல சொல்வாங்க.”

“நான் தோழியல்ல, காதலியாக்கும்.”

“பொறாமையாலதான் ராதைய பகவான் கைவிட்டாரு.”

“என்னையும் கைவிட்டுருவீங்களோ?”

“அப்படி நான் சொல்லல.”

மாதவன் எழுந்து உட்கார்ந்தான். ‘காதலிக்கும்போது வாழ்க்கை அழகானது. என்னை நேசி, நம்பு, சந்தேகிக்காதே. கடந்த காலம், எதிர்காலம் எதுவும் நம்முடையதல்ல. இன்று, இந்த நிமிடம் மட்டும்தான் யதார்த்தம், நிரந்தரம்.’

எனது முகம் வாடிப்போனது. மாதவன் காருண்யத்தோடு நெற்றியிலும் பின் கழுத்திலும் முத்தமிட்டான்.

“நேசி. எல்லாவற்றையும் மறந்துவிட்டு நேசி. நேசிப்புக்கு முன்னால் பொறாமை தேவையற்றது.”

பொறாமை தேவையற்றதாக இருந்தது. அமெரிக்கன் பெட்டிகளோடு லில்லி வர்கீஸ் குதித்தோடிவந்த நாளும் கூட. திருமணமான இரண்டாவது மாதம். ஒரு ஞாயிற்றுக்கிழமை. வேட்டியை மடித்துக் கட்டிக்கொண்டு மாதவனும் நைட்டி உடுத்திக்கொண்டு நானும் தரைவிரிப்புகளைத் தட்டி உதறிக்கொண்டும் படுக்கை விரிப்புகளை மாற்றி விரித்துக்கொண்டும் இருந்தபோது அழைப்பு மணி அடித்தது.

நான் கதவைத் திறந்தேன். லில்லி என்னை ஒதுக்கித்தள்ளினாள். அழுது கலங்கிய கண்களோடு உள்ளே பாய்ந்தாள். தலையுயர்த்திய மாதவன் வாக்யூம் கிளீனரைக் கையில் பிடித்துக்கொண்டு சிலைபோல நின்றான். லில்லி அவன்மேல் பாய்ந்து விழுந்தாள். கட்டிப்பிடித்துக்கொண்டு உடைந்து அழுதாள். பைத்தியம் பிடித்ததுபோல் உதடுகளில் அழுத்தி முத்தமிட்டாள். கன்னத்திலும் நெஞ்சிலும் கடித்தாள். 'ஹௌ குட் யூ, ஹௌ குட் யூ' என்று புலம்பினாள். 'நான் விட்டுக்கொடுக்க மாட்டேன், மாதவா, நான் யாருக்கும் விட்டுக்கொடுக்க மாட்டேன்...' என்று பயமுறுத்தினாள். மாதவன் அவளை நெஞ்சோடு சேர்த்தான். தலைமுடியைக் காருண்யத்தோடு வருடினான். அன்பு நிறைந்த தணிந்த குரலில் கேட்டான்: 'ஓ, லில்லி, ஸ்வீட் லில்லி, வாட்ஸ் திஸ்? என்னோட மனைவி என்ன நினைப்பாள்? ஸீ, ஸீ ஈஸ் ஸ்கேர்டு... பாரு, பிஹேவ் யுவர்ஸெல்ஃப்... டோண்ட் பீ ஸில்லி...'

மிதியடியைக் கையில் பிடித்தவாறு நான் உறைந்து நின்றேன். இருபத்தாறாவது காதலி, நான் புரிந்துகொண்டேன். லில்லி புகழ்பெற்ற பத்திரிகையாளினி. அமெரிக்க ஃபெலோஷிப் கிடைத்து அவள் நியூயார்க்குக்குப் போன வெற்றிடத்தில் இருபத்தேழாமவள், ஹிரண்மயி என்ற நேபாளி அழகி மாதவனை ஆட்கொண்டாள். லில்லி சண்டையிட்டாள். மாதவன் அமைதிப்படுத்தினான். அப்போது நான் நடுங்கும் கைகளோடு வாக்யூம் கிளீனரை எடுத்து படுக்கையறையைச் சுத்தம் செய்வதைத் தொடர்ந்தேன். ஆனால், அவள் மாதவனைக் கன்னத்திலும் மார்பிலும் ஓங்கி ஓங்கி அடித்தபோது எனக்கு ரத்தம் கொதித்தது. 'லில்லி, அது என்னுடைய கணவன்' என்று நான் குறுக்கே புகுந்தேன். அவள் என்னைச் சவால்விடுவது போன்று பார்த்தாள்.

"ஆனால், அதுக்கு எவ்வளவோ முன்னாடி இவன் என்னுடையவன்... உனக்குத் தெரியாது, எங்க உறவோட ஆழம்... நான் இவனை அடிப்பேன், பிராண்டுவேன், வேணும்னா உதைப்பேன். அவன் வளர்ப்பு நாய் மாதிரி எதையும் சகிச்சுக்குவான்..."

"அது முன்னாடி..."

என்னுடைய குரலிலும் சவால் இருந்தது. காயம்பட்ட புலியைப்போல் அவள் மாதவனைப் பார்த்தாள். மாதவனின் முகத்தில் கம்பீரமும் ஆண்மையும் நிறைந்தன.

"எனக்கு நிறைய காதலிகள் இருந்தாங்க. ஆனால், மனைவி ஒருத்திதான் - துளசீ."

அவனுடைய குரலில் ஈரம் கூடியது.

"லில்லி போறதுதான் நல்லது."

அந்த நேரத்தில் இருந்த லில்லியின் முகத்தை நான் ஒருபோதும் மறக்கமாட்டேன். மாதவன் கலைந்த முடியைச் சரிசெய்துகொண்டு, சோபாவின் உறைகளையும் தரைவிரிப்புகளையும் போடத்தொடங்கினான். சிறிது நேரம் அறையில் அமைதி நிறைந்தது. லில்லி நிதானமாகக் கதவைத் திறந்து வெளியே சென்றாள். நான் தளர்ந்துபோய் சோபாவில் உட்கார்ந்தேன். லில்லி போய்விட்டாள் என்பது உறுதியானபோது மாதவன் கதவை அடைத்துத் தாழ்ப்பாள் போட்டுவிட்டு என் முன்னால் மண்டியிட்டான். எனது பாதங்களைக் கையில் எடுத்து முகம் புதைத்தான். அவனுடைய நீண்ட கண்ணிமைகள் எனது பாதங்களில் உரசின. வெண்ணெய் போல் நான் உருகினேன். பின்னர் அவன் என்னைப் படுக்கைக்குக் கொண்டு சென்றான். 'சங்கடப்படாதே' - அவன் மன்றாடினான். அழுகை வந்தும்கூட நான் சிரிக்க முயன்றேன். என்னைத் தூங்கவைத்துவிட்டு அவன் குளித்துவிட்டு வெளியே போனான். இடையில் எப்போதோ ஃபோனில் அழைத்து 'களைப்புப் போய்விட்டதா' என்று விசாரித்தான். இரவு நேரம்கழித்துத் திரும்பி வந்தவன் என்னைச் சேர்த்தணைத்துக்கொண்டு நிம்மதியாகத் தூங்கினான்.

மாயிகரில் இருக்கும் பழுப்பேறிய அறையில் பலவிதமான உடைசலும் விரிசலும் நிறைந்த சுவர்களுக்கிடையில் துருப்பிடித்த கட்டிலில், கொடியில் கிடக்கும் ஈர நாற்றமடிக்கும் துணிகளுக்குக் கீழே தனித்துப் படுத்திருக்கும்போது, நான் பழைய சிரிப்புகளின் அலைகளை மீண்டும் கேட்டேன். ஒரு முட்டாள் பெண்ணின் சிரிப்புகள். தனக்கான ஆண்மகனைக் கண்டுபிடித்துவிட்டோம் என்ற அகங்காரம் பிடித்திருந்தது அவளுக்கு. பின்னர், வெகுநாட்களுக்குப் பிறகு, உண்ணியும் கண்ணனும் பிறந்த பிறகு நான் லில்லியை மறுபடியும் பார்த்தேன். அதற்குள் மாதவனின் வாழ்க்கையில் ஒரு இளம் நடிகையும் அவளுக்குப் பிறகு ஒரு பெண் அரசியல் தலைவியும் ஒரு பத்திரிகையாளினியும் அதற்கும் பிறகு ஒரு எழுத்தாளினியும் பின்னாலேயே ஒரு தொலைக்காட்சித் தொகுப்பாளினியும் கடைசியில் ஒரு நாட்டியக்காரியும் பிரவேசித்து

முடித்திருந்தார்கள். பொறாமை தேவையற்றது என்று நான் புரிந்துகொண்டிருந்தேன்.

“எனக்கு வருத்தமா இருக்குது.”

லில்லி என்னிடம் சொன்னாள்.

“எதுக்கு?”

நான் வறட்டுக் கௌரவம் பிடித்தவள் ஆனேன்.

“துளசீ, நீ இத்தனை தண்டனையத் தாங்கவேண்டியவள் இல்லை.”

அவளுடைய குரலில் இருந்த ஆத்மார்த்தம் என்னைப் பலவீனமாக்கியது.

“இது நடக்கும்னு எனக்குத் தெரியும்... அன்றைக்கு நான் உங்க வீட்டுக்கு வந்தது நினைவிருக்கா? என்னைப் போகச்சொல்லிட்டு இரண்டு மணி நேரம் கழிச்சு மாதவன் வீட்டுல இருந்து வெளிய போனான். துளசிக்கு மறந்திருக்கும்.”

“இல்லை.”

“அவன் வந்தது என்னோட ஹோட்டல் அறைக்குத்தான். அவன் என்னுடைய கால்ல விழுந்து மன்னிப்புக் கேட்டான். என்னோட பாதத்த கண்ணீரால கழுவினான்.”

எனது இதயத்தில் சொற்கள் ஆணிகளாகப் பதிந்தேறின.

“ஹீ மேட் லவ் டு மீ...ன்னு சொல்லிட்டு என்னோட ஃபோன்ல இருந்து உன்னைக் கூப்பிட்டான். பாதித் தூக்கத்துல நான் கேட்டது, ஆர் யூ ஆல்ரைட் துளசீங்கற கேள்விய... ஐ த்ரூ ஹிம் அவுட் ஆஃப் மை லைஃப் தட் டே.”

அவளும் கண்களைத் துடைத்துக்கொண்டாள்.

“என்ன செய்யறது, வெறுக்க முடியாது, அவன... ஹி ஈஸ் சிம்ப்ளி இர்ரெஸிஸ்டிபிள்.”

“தகவலுக்கு நன்றி.”

“பீ போல்ட்... உதவி வேணும்னா கேட்கறதுக்குத் தயங்காதே...”

அவளுக்கு முன்னால் மானத்தைக் காப்பாற்ற நான் சிரமப்பட்டேன். மிதியடியின் மானம். என் இடுப்பில் இருந்த கண்ணனின் கன்னத்தில் அவள் அன்போடு வருடினாள். அழாமல் இருந்ததற்காக எனக்கு என்மீதே மதிப்புத் தோன்றியது. பிருந்தாவனத்தில் அன்னதான வரிசையில் முதன்முதலாக இடம் பிடித்தபோதும் இரண்டு நாட்களுக்குப் பிறகு ரங்காஜி கோவிலில் இருந்த அன்றைய பூசாரிகளில் ஒருத்தன் இரவு என்னை அறைக்கு வரச்சொல்லிக் கூப்பிட்டபோதும் எனக்கு என்னைக்குறித்து அதே மதிப்புத் தோன்றியது. கோவிலின் நான்கு பக்கங்களிலும் உள்ள பூசாரிகளுக்கான குடியிருப்புகளில் ஒன்றில் வைத்தாக இருந்தது அது. தடித்த உதடுகளை அடிக்கடி ஈரப்படுத்திக்கொண்டு அவன் என்னை நெருங்கினான்.

"துளசீ, நீ ரொம்ப நல்ல பொண்ணு. இந்த மொட்டைத் தலைச்சிகளோட கூட்டத்துல உன்னை விடுறதுக்கு எனக்கு இஷ்டமில்லை... நீ வேணும்னா என்னோட வீட்டுல இருந்துக்கலாம். அப்படீன்னு சொன்னா, எல்லா வசதிகளோடவும்... என் பொண்டாட்டிக்கு வயசாயிப்போச்சு. எனக்கா, கருமம் வயசாகவும் மாட்டேங்குது... உன்னை மாதிரி ஒரு பொண்ண திருப்திப்படுத்தறதுக்கான இளமை எனக்கு இப்பவும் இருக்குது..."

அவனுடைய சிவந்த சாட்டின் வேட்டியும் போர்த்திய காவித் துண்டும் நெற்றியில் இருக்கும் நீண்ட நாமக்குறியும் தடித்த உதடுகளும் அவற்றுக்கிடையில் பாம்பினுடையது போன்றிருக்கும் அவ்வப்போது வெளியே நீள்கின்ற நனைந்த நாக்கும் வெறுப்பைக் கிளப்பிவிட்டன. தன்னுடைய தொடை இடுக்கைத் தடவிக்கொண்டுதான் அவன் பேசினான். எனக்குக் குமட்டிக்கொண்டு வந்தது. இருந்தாலும் குரூரமான மனநிறைவை உணர்ந்தேன். அவன் எனது உடலைத் தொட்டபோது கொடுப்பதற்கு நான் மனப்பூர்வமாக ஆசைப்பட்டேன். ஆனால், உடல் பாறையைப் போன்று இறுகிப்போனது. 'நீ அழகா இருக்கே' - அவன் உதடுகளை மீண்டும் நனைத்தான். நான் வெறுமனே சிரித்தேன்.

"எதுக்காக நீ சிரிக்கிறே?"

"பொண்ணுங்க சிரிக்கக்கூடாதா?"

நான் அவனிடம் கேட்டேன்.

"அனுபவிக்கறதுக்கு முன்னாடி பொண்ணுங்களச் சிரிக்க வைக்கணும்னு உங்களுக்குத் தெரியாதா?"

அவன் அம்மணமானபோது நான் திரும்பவும் சிரித்தேன். அவனுடைய தட்டையான மூக்கையும் உப்பிய வயிற்றையும் சுருங்கிக் கிடக்கும் உறுப்பையும் பார்த்து நான் நிறுத்தாமல் சிரித்தேன். சிரித்துச் சிரித்து எனக்கு வயிறு வலித்தது. 'நீ எதுக்காக இப்படிச் சிரிக்கிறே? இந்தக் கிழவனை ஏளனம் பண்ணுறயா?' அவன் அவமானமுற்றான். 'கோபிக்க வேண்டாம்.' நான் இரக்கத்தோடு சொன்னேன். 'வேணும்னா பலாத்காரம் பண்ணிக்கோ.' அவன் மனம் நொந்து என்னைப் போகவிட்டான். எனக்கும் விரக்தி தோன்றியது. என் உடல் முழுதும் விஷம்தான். காதலின் விஷம். எனக்கு இறப்பதற்கு விருப்பம் இல்லாதிருந்தது. உயிரோடு இருக்கவேண்டும். புரையோடிப்போன புண் போன்று உயிர்த்திருக்க வேண்டும். பார்ப்பவர்களுக்கு வலிக்கவேண்டும். மாதவனின் காதலைப் போன்று நானும் எல்லாவற்றையும் உருக்க வேண்டும்.

மதன்மோகன் கோவிலில் இரவு பூசைக்கான மணியோசை ஒலித்தபோது நான் மாயிகரில் இரும்புக் கட்டிலில் நீட்டிப் படுத்திருந்தேன். மாதவனைப் பற்றிய விவரங்களைத் தெரிந்துகொள்வதற்கு எனக்கும் ஆர்வம் தோன்றியது. அவனுக்கு மாரடைப்போ? மாதவனின் இதயம். நான் வேடிக்கையாகச் சிந்தித்தேன். முத்தமிட்டால் உதடுகளை உருக்கிவிடுகின்ற மாதவனின் இதயம். யோசித்துக்கொண்டு படுத்திருக்கும்போது, வெளியே ராமகிருஷ்ண பண்டிட் 'துளசீமாயீ' என்று உரக்கக் கூப்பிட்டார். ஒரு கணம் எனது இதயமும் நின்றுபோனது. மாதவனைப்பற்றி ஏதாவது விவரம் தருவதற்காக இருக்கும் என்று பயந்தேன். நான் அவனை வெறுத்திருந்தேன். சின்னாபின்னமாக்குவதற்கு ஆசைப்பட்டிருந்தேன். இருந்தாலும் மாதவன் இருக்கவேண்டும். உருக்கி எறிவதற்கு எனக்கும் வேண்டும், அவனுடைய இதயம். நான் வெளியே வந்தேன். நல்ல நிலவொளியுள்ள இரவாக இருந்தது. மங்கிய வெளிச்சத்தில் காஷ்மீர் சால்வை உடுத்து ராமகிருஷ்ண பண்டிட்டுடன் அவன் காத்திருந்தான். அடையாளம் கண்டபோது ரத்தம் கொதித்தது.

பண்டிட் டார்ச் லைட்டை அடித்துக்கொண்டு முன்னால் வந்தார்.

"ஹாஸ்பிடல்ல இருந்து அனுமதியில்லாம வெளிய வந்திருக்காரு துளசீமாயீ. ஏதோ சொல்லணுமாம். சொல்லிட்டு சீக்கிரமா போகட்டும்."

நான் சலனமற்று நின்றேன். மாதவனின் முகத்தைத் தூக்கத்தில் பார்ப்பதுபோல் பார்த்தேன். தலை சற்று நரைத்திருந்தது. முடி கொஞ்சம் கொட்டியிருந்தது. தாடி வளர்ந்திருந்தது. நரைத்த முடிகள் நிலவொளியில் வெள்ளி போன்று பளபளத்தன. நிலவொளியாகத்தான் இருக்கவேண்டும், பெரிய கண்களின் நீண்ட கண்ணிமைகளும் பளபளக்கின்றன. நான் அறிமுகமற்றவளைப் போன்று பார்த்தேன். அவன் ஒரு பக்கமாகச் சாய்ந்தவாறு தட்டுத் தடுமாறி என் அருகில் வந்தான். சிரமப்பட்டு வெறுந்தரையில் மண்டியிட்டான். என்ன நடக்கிறது என்று நான் புரிந்துகொள்வதற்கு முன்பே எனது பாதங்களில் உதடுகளை வைத்தான். என் பாதங்கள். அழுக்கேறி வெடித்துப் பிளந்த பாதங்கள். அவனுடைய வெப்பமும் ஈரமும் நிறைந்த உதடுகள் சொரசொரப்பான கால் பாதத்தில் பதிந்தன. சூடு பட்டதுபோன்று நான் பின்வாங்கினேன். அவன் நிலைதடுமாறிக் குப்புற விழுந்தான்.

மாயிகரின் குறுகலான நடைகூடத்தின் வழியாக நான் அறையை நோக்கி ஓடினேன். இரும்புக் கட்டிலில் சரிந்து விழுந்து நான் மூச்சுவாங்கினேன். அழுக்குப்படிந்த சுவர்களில் இருந்து பலவிதமான கிருஷ்ணர்கள் பல தோற்றங்களில் என்னைப் பார்த்தனர். எனக்குப் பைத்தியம் பிடித்தது. எனது காதில் யாரோ நிறுத்தாமல் புல்லாங்குழல் ஊதினார்கள். ஆடைகளைக் களைந்தெறிந்துவிட்டுப் பஜனை பாடிக்கொண்டு தெருவுக்கு ஓடவேண்டும் என்று எனக்குத் தோன்றியது.

ஆற்றோரத்தில் ஒரு புல்லாங்குழல்; ஓ, நொறுங்கிப்போன இதயமே, அறிவுக்கு என்ன முக்கியத்துவம் இருக்கிறது?

ஆனால், கால்கள் அசையவில்லை. இரும்புக் கட்டிலின் குளிரில் சுருண்டு குறுகிக் கிடந்து நான் மூச்சுவாங்கினேன். என் பாதங்கள் பாரமாகத் தோன்றின. அவற்றில் அவனுடைய உதடுகள் பதிந்துகிடக்கின்றன என்று எனக்குத் தோன்றியது. நான் பாதங்களை ஒன்றோடு ஒன்று தேய்த்து அதை இல்லாமலாக்குவதற்கு முயன்றேன். முடியவில்லை. கைகளாலும் ஒரு பழைய துணியாலும் கால்களைத் துடைத்தேன். பிறகு நான் குளியலறைக்குச் சென்று வெற்றிலைக் கறையும் கபக் கட்டியும் காய்ந்து படிந்திருக்கும்

வாஷ்பேஷினில் இருந்து தண்ணீரைப் பிடித்துக் கால்களைத் திரும்பத் திரும்பக் கழுவினேன். மீட்சியில்லை. தசையும் எலும்பும் உருகிப்போயின. இப்போதும் அவனுக்கு உருக்குவதற்கான வலிமை இருக்கிறது.

நான்கு

மாதவன் இனிப்புப் போன்று இருந்தான். எறும்புகளைப் போன்று அவனைப் பெண்கள் மொய்த்தனர். தாம்பத்தியம் தொடங்கிய மூன்று வருடத்துக்குள்ளாகவே நான் அநாதையானேன். எங்களுக்கிடையில் கண்ணாடியாலான ஒரு சுவர் இருப்பதை நான் கண்டுபிடித்தேன். உதடுகள் ஒன்றையொன்று தீண்டும்போதும் இதயத்துடிப்புகள் ஒன்றுகலக்கும்போதும் இடையில் சுவர் இருந்தது. நிர்வாணமாகும்போதும் அவன் கண்ணுக்குத் தெரியாத கவசத்தை அணிந்திருந்தான். இணை சேரும்போதும் அவன் நெடுந்தொலைவில் வேறு யாரையோ தேடிக்கொண்டிருந்தான்.

அவனுடைய படுக்கையறைக்குச் செல்லும்போது இருந்த, இருபத்தெட்டாவதும் கடைசியுமான காதலி நான் என்ற எண்ணம் தவறிப்போனது என்று புரிந்துகொண்டபோது காலம் கடந்துவிட்டிருந்தது. அதற்கு முன்பே நான் எல்லாவற்றையும் இழந்துவிட்டிருந்தேன். முதலில் அம்மாவை. ஓடிப்போனதற்குப் பிறகு ஒரு மாதம்கூட ஆகவில்லை. அம்மா இறந்துவிட்டார். அப்பா மன அமைதியை இழந்துவிட்டார். மல்லிகாவின் MBBS முழுமை அடைவதற்கு முன்பாகவே முதலில் கிடைத்த மருத்துவருக்குத் திருமணம் செய்துவைக்கப்பட்டாள். அதன்மூலம் அவளது ஐ.ஏ.எஸ். கனவு உதிர்ந்து போனது. அகில இந்திய நுழைவுத்தேர்வில் இரண்டாம் ரேங்குடன் பொறியியல் படிப்பில் நுழையும் வாய்ப்புக் கிடைத்த

தாமரையை பதினெட்டாம் வயதில் அவளைவிட பதின்மூன்று வயது மூத்த ஒரு தொழிலதிபருக்குக் கட்டிக்கொடுக்கப்பட்டாள். நான்கைந்து வருடங்களுக்குப் பிறகு கொச்சியில் வைத்து ஒரு மந்திரி மகனின் திருமணச் சடங்கில் சந்தித்தபோது அவள் என்னை வெறுப்போடு பார்த்து: 'உன்னை எனக்குப் பார்க்கப் பிடிக்கவில்லை. உன்னுடைய வாழ்க்கையையும் எங்களுடைய வாழ்க்கையையும் நீ அழித்துவிட்டாய்' என்றாள்.

மாயிகரில் இருக்கும் பழமையான அறையில் படுத்திருக்கும்போது, நான் அதை நினைத்தேன். தேனிலவு திடுமென முடிந்துபோனது. தில்லியில் மூன்று படுக்கை அறைகள் கொண்ட அடுக்ககத்தின் படுக்கையறையில் அலமாரிக்குக் கீழே மாதவனின் காகிதங்களைப் பாதுகாத்து வைத்திருந்த தட்டிலிருந்து வெளியேவந்த பிணம்தின்னும் எறும்புகளின் வரிசைதான் அறிகுறி. உண்ணியைக் கருத்தரித்திருந்த காலம். தெரியாமல் அந்த வழியாகப் போன என் கால்களில் அவை பலமாகக் கடித்தன. நான் துள்ளிக் குதித்துவிட்டேன். டிராயரை இழுத்துத் திறந்து உள்ளே இருக்கும் காகிதங்களை வெளியே எடுத்துப் போட்டேன். எறும்பு இருப்பதற்கான இனிப்பு எதுவென்று கண்டுபிடித்தபோது நான் அலறிக் கத்திவிட்டேன். அது ஒரு கருத்த பாம்பாக இருந்தது. வாயில் பாதி விழுங்கிய ஒரு சுண்டெலியும் இருந்தது. இரண்டும் செத்தவைதான் என்று தெரிந்தபோதும் நான் கிடுகிடுவென்று நடுங்கினேன்.

மாதவன் டிராயரை இழுத்து அடைத்தபோது உள்ளுக்குள் சிக்கிச் செத்ததாக இருக்கும். ஒன்பதாவது மாடி பிளாட்டில் பாம்பைக் கண்டதைக்காட்டிலும், இரையை விழுங்கிக்கொண்டிருக்கும்போதே செத்துப்போகின்ற நிலை நடுங்கவைத்ததைக்காட்டிலும், பாம்பையும் வாயில் சிக்கிய எலியையும் ஒன்றாக எறும்பு அரிக்கின்ற காட்சிதான் என்னைத் தகர்த்தது. பிளாட்டில் அழுகிய வாடை பரவியது. நான் நிறையவே வாந்தியெடுத்தேன். அதை ஒரு பிளாஸ்டிக் பையில் இட்டு, லிப்ட் இறங்கி வெளியில் உள்ள குப்பைத்தொட்டியில் கொண்டுபோய்ப் போட்டேன். திரும்பி வந்தபிறகு நான் வெறுமனே அழுதேன்.

அது ஒரு மோசமான நாள். மாதவன் பிரதமரின் பரிவாரத்தோடு சேர்ந்து ஒரு வாரம் வெளிநாட்டுச் சுற்றுலாப் போயிருந்தான். அறையில் உலாத்தியும் வெளியே சென்று நடந்தும் பக்கத்து

பிளாட்டுகளில் ஒன்றில் இருக்கும் பழக்கமானவளிடம் பேசியும் நான் மன அழுத்தத்தை மறப்பதற்கு முயன்றேன். இரவு நான் அந்தக் காகிதங்களை வெறுமனே புரட்டினேன். அவை கடிதங்களாக இருந்தன. 'உயிர்க்காதலே' என்றுதான் முதல் கடிதம் தொடங்கியது. மனப்போராட்டத்தை அடக்க முடியாமல் நான் ஒவ்வொரு அறையாகச் சுற்றியலைந்தேன். காதல் மனிதர்களைப் பலவீனர்களாக்கும். எனக்குக் கடிதத்தைப் படிப்பதற்கான சக்தி இருக்கவில்லை. வாசிக்காமல் இருப்பதற்கும் வலிமை இருக்கவில்லை. நடுங்கும் கைகளோடு நான் அந்தக் கடிதங்களைப் புரட்டினேன். முதலாவது ஹிரண்மயியின் கடிதமாக இருந்தது. மாதவனின் இருபத்தியேழாவது காதலி. நான் காகிதங்களைப் புரட்டினேன். ஹிரண்மயியின் கடிதத்துக்கு அடியில் லில்லி வர்கீஸின் கடிதங்கள், அவற்றுக்கும் கீழே சுஸ்மிதா பாட்டீலின் கடிதங்கள், அதனையடுத்து ராக்கி மேனோன், சீமா காஷ்யப், ரஸீனா ஷா, இசபெல்லா ஜார்ஜ், லீனா பட்டேல், இஷா அகர்வால், அருணா பாலச்சந்திரன், சரஸ்வதி ஐயர், மும்தாஜ் பேகம், விமலா பஞ்ஞிக்காரன்...

எல்லாம் மாதவனுக்கான பதில்களாக இருந்தன. எல்லாவற்றிலும் ஒரே வாக்கியங்களாக இருந்தன. எனக்கு எழுதிய அதே வரிகளைத்தான் மாதவன் அவர்களுக்கும் எழுதியிருக்கிறான் என்று தெளிவாகத் தெரிந்தது. என் அகந்தை வடிந்தது. மாதவனுக்கு நான் யார்? ஒரு பெண். இருபத்தியெட்டாமவள். என் உடல் எரிந்தது. எதை நான் அவனிடத்தில் தேடுகிறேன்? எதற்காக நான் அவனோடு ஓடிப்போனேன்? அவன் எதற்காக என்னை மனைவியாக்கினான்? அவன் யாரைத்தான் நேசித்திருக்கிறான்? திரும்பி வந்தபோது, அழுது கலங்கிய கண்களும் சிவந்த முகமுமாகக் காத்திருந்த என்னைப் பார்த்து மாதவன் வாய்விட்டுச் சிரித்தான். என்னைக் கைகளில் தூக்கிச் சுற்றினான். கழுத்திலும் மார்பிலும் முத்தமிட்டு மூச்சுமுட்டவைத்தான். 'சந்தேக நோயாளிக்குச் சிகிச்சையே வேறு' என்று ஏளனம் செய்தான். சந்தேகங்களையும் குற்றச்சாட்டுகளையும் வெண்ணெய்போல் உருக்கினான். இருந்தாலும் அவ்வப்போது அவனுடைய காதலிகளைச் சந்திக்கும்போது அவர்களின் கண்களில் எரிந்துகொண்டிருந்த மாதவன் மீதான ஏக்கம் என்னைக் கலக்கமுறச் செய்தது. பலவிதமானவர்கள். கருத்தவர்களும் வெளுத்தவர்களும் மெலிந்தவர்களும் தடித்தவர்களும். கல்லூரி மாணவிகளும் இளம் பெண்களும் நடுத்தரவயதுக்காரிகளும்.

விருந்துகளிலோ வேறு பொது இடங்களிலோ சந்திக்கும்போது எல்லோருக்கும் மாதவன் என்னைப்போலவே மதிப்பளித்தான். நீண்ட கண் இமைகள் உள்ள கண்களால் அவர்களுடைய கண்களையும் உற்றுப் பார்த்தான். மென்மையான உள்ளங்கையால் அவர்களுடைய உடல்களையும் பிரியத்தோடு கொஞ்சினான். அவர்களையும் வெடித்துச் சிரிக்கவைத்தான். அவர்களுடைய கஷ்டங்களையும் கேட்டான். எனது இதயம் பிளந்துவிட்டது. ஆனால், பொறாமை வெளிப்படாமல் இருந்தது. குற்றச்சாட்டுகள் தேவையற்றவையாக இருந்தன. சொல்லத் தொடங்கும்போதே மாதவன் ஏளனம் செய்தான்.

"துளசி, நீ ஒரு சாடிஸ்ட்... உன்னுடையது மட்டும்தான் நான்னு உனக்குத் தெளிவாத் தெரியும்... அவங்களெல்லாம் பாவம்... நேசிக்கப்படாதவங்க... அதுக்கு அருகதை இல்லாதவங்க..."

"எனக்குப் புரியமாட்டேங்குது..."

மாதவன் காரை ஓட்டிக்கொண்டே இடது கையை நீட்டி என்னைச் சேர்த்தணைத்துக் கன்னத்தில் அழுத்தி முத்தமிட்டான்.

"புரியமாட்டேங்குதுன்னு நீ நடிக்கிறே... நான் உன்னுடையவன்... மனதளவிலும் உடலளவிலும் சட்டப்படியும்... என் குழந்தை உன்னோட வயிற்றில் வளருது... சும்மா சந்தேகப்படாதே..."

எனது இதய நரம்புகளில் ஆயிரம் டன் பாரம் எப்போதும் தொங்கிக்கொண்டிருந்தது. சுவாசக் குழாயில் ஒரு இரும்புத் துண்டு எப்போதும் சிக்கியிருந்தது. பிட்டம் பருத்த பெண்கள் இரண்டு காலில் நடக்கின்ற பிணந்தின்னி எறும்புகளைப் போன்று அவனை மொய்க்கின்ற கெட்ட கனவு கண்டு நான் வியர்த்து வழிந்தேன். காதலால் உதவியற்றவளாகவும் அமைதியானவளாகவும் ஆனேன்.

பல வருடங்களுக்குப் பிறகு பிருந்தாவனத்தில் வைத்துப் பிணந்தின்னி எறும்புகள் என்னை மறுபடியும் கடித்தன. மாயிகரில் அது எனது முதல் இரவு. இரும்புக் கட்டிலில் அன்று பத்மலதா என்ற வங்காளி மூதாட்டி படுத்திருந்தார். தொண்ணூற்றைந்து வயது. நான் உள்ளே செல்லும்போது பத்மலதா உறங்கிக் கொண்டிருந்தார். எந்நேரமும் உறங்குவதைப்பற்றி நவநீதா ஏதோ பிறுபிறுத்தார். இரண்டு மூதாட்டிகளின் கட்டில்களுக்கு இடையில் இருந்த சிறிதளவு இடத்தில் தரையில் சாக்கு விரித்துப் படுத்தேன்.

இரவு என்மேல் பிணந்தின்னி எறும்புகள் ஊர்ந்தன. நான் நவநீதாவைக் கூப்பிட்டேன். அவர் திட்டிக்கொண்டு தலையணைக்கு அடியில் இருந்து தீப்பெட்டியை எடுத்து மண்ணெண்ணெய் விளக்கைப் பற்றவைத்தார். மண்ணெண்ணெய் விளக்கின் மஞ்சள் வெளிச்சத்தில், பத்மலதாவின் மூக்கை நோக்கிச் செல்லும் திகம்பர சாதுக்களைப் *(ஆகாயத்தை ஆடையாக உடுக்கும் சமணத்தின் ஒரு பிரிவினர்)* போன்றிருக்கும் பிணந்தின்னி எறும்புகளின் அணிவகுப்பைப் பார்த்துத் திகைத்துப்போனேன்.

பின்னர் அந்தக் காலியாகக் கிடந்த கட்டிலை நான் எடுத்துக்கொண்டேன். விதவையின் கட்டில். துருப்பிடித்தது. உடலை நோகச் செய்வது. அதில் படுத்திருக்கும்போது, இடுங்கிய அறை என்னை நோக்கி இறங்கி வந்தது. சுவரில் இருக்கும் அழுக்கில் பலவிதமான கிருஷ்ணர்கள் பார்த்துச் சிரித்தனர். பிரசவ அறையின் வாடையாக இருந்தது எங்கும். இந்த அறையில், வெண்ணெய் தின்னும் கண்ணனின் நாட்காட்டி தொங்கவிட்ட இந்த அறையில், பிரசவித்தது யார்? பிறகுதான் புரிந்தது. கடும் வாடை பிறப்பினுடையதல்ல, இறப்பினுடையது. கட்டிலில் என்னுடன் ஒரு இளம்பெண் எப்போதும் இறந்து கிடக்கிறாள் என்று எனக்குத் தோன்றியது.

“அதுதான் பேட்டீ *(மகளே)*, பிருந்தாவனத்திலிருக்கிற குழப்பம்... மாயக்கண்ணன் பொண்ணுங்களை விடமாட்டான்...”

நவநீதா நகைச்சுவை சொன்னதுபோன்று சிரித்தார். அவருடைய சிரிப்பிலும் வன்மம் இருந்தது.

“குழிதோண்டிப் புதைச்சாலும் இந்தப் பொண்ணுங்க திரும்பி வருவாங்க... இவனுக்கு அவங்கள வரவைக்கறதுக்கான தந்திரம் தெரியும்... வெக்கங்கெட்ட ஜந்துக்கள்... அவன் கொஞ்சம் சிரிச்சான்னா, அதுங்களும் கூடவே சிரிக்கும்.... அவன் கொஞ்சம் தலையைத் தடவிக் கொடுத்தான்னா, அந்தச் சுகத்துல என்ன வேணும்னாலும் செய்வாளுங்க...”

பத்மலதா இல்லாததால்தான் அந்த அறைக்கு சமேலி பாயி வந்தார்.

“ராதாமாயியா மீராமாயியா?” முதன்முதலாகப் பார்த்தபோது அவர் என்னிடம் கேட்டார். நான் அவரை வியப்போடு பார்த்தேன்.

"பிருந்தாவனத்துல சுமங்கலிகளும் கன்னிப்பொண்ணுங்களும் ராதாமாயிகள்தான். விதவைகள் மீராக்கள்..."

"எனக்கு ராதாவாக வேண்டாம்."

நான் வன்மத்துடன் சிரித்தேன்.

"மீரா ஆனால் போதும்... ராதா பதினாறாயிரத்தி எட்டில் ஒருத்தி... மீரா ஒரே ஒருத்திதான்..."

எனக்கு என்னைப்பற்றி ஒரு மதிப்புத் தோன்றியது. ராதா ஆகவேண்டாம். சேவாகுஞ்சுக்கு வெளியே ராதைக்கு என்ன முக்கியத்துவம் இருக்கிறது? ஆனால், மீரா அப்படியல்ல. அவள் போன வழிகளிலெல்லாம் கால் தடங்களைக் கவிதைகளாகப் பொறித்து வைத்துள்ளனர்.

"இனிக்கும் சொற்களால் வசீகரிப்பவனே, அந்த ரகசியத்தை நான் எல்லாரிடமும் சொல்வேன். எனது பறையைக் கொட்டி நான் அதை உலகுக்குத் தெரிவிப்பேன்..."

"பாவம்!"

நவநீதா அவருடைய எலும்பு மட்டுமேயான உடல் குலுங்கச் சிரித்தார்.

"கண்ணைத் திறந்து பாருடீ, இங்க பார்க்கறதெல்லாம் மீராக்கள்தான். கணவனோட அரண்மனையையும் சுகங்களையும் தூக்கியெறிஞ்சிட்டு காதலுக்காக ஓடிப்போனவங்க... பைத்தியம் பிடிச்சுத் தெருவில் அலைஞ்சவங்க... கிருஷ்ணன் திருடன்... மரியாதை கெட்டவன்... அவனுக்கு எல்லாப் பொண்ணுங்களும் ஒன்றுதான்... யாருடைய சேலையையும் திருடுவான்... யாருடைய வெண்ணெயையும் தின்பான்... நான் சொல்கிறேன், அவனை வழிபடாதீங்க... நெருங்கி வந்தா அடிச்சுத் தொரத்தணும்... காதலாக நடித்துக்கொண்டு வருவான்... சர்க்கரையா பேசுவான்... தந்திரமா முத்தமிடுவான்... பேட்டீ, அவனுக்கு உன்னோட உடம்பு போதும், உடம்பு மட்டும்."

அவருடைய குரலில் மூச்சிரைப்புக் கலந்தது. பின்னர் அபினில் மயங்கி அவர் கட்டிலில் சுருண்டு படுத்து உறங்கிவிட்டார். சமேலி அவரைச் சலனமின்றிப் பார்த்தார். நவநீதாவைக் காதலன் காசியில் கைவிட்டுவிட்டதாக சமேலி சொன்னார். 'அதற்குப் பிறகு பலரும்

அவளை உபயோகித்தார்கள். கடைசியில் இங்கே வந்து சேர்ந்தாள். அதனால் ஆண்கள் மேல் கோபம்.'

"அப்போ மாயி, நீங்க?"

"நானா?"

அவர் சேலையை விலக்கி எலும்பும் தோலுமான மார்புக்குக் குறுக்கே இருக்கும் வடுவைக் காட்டினார்.

"பாரு, பிரிவினையோட காயத்த... ஓடிவந்ததுதான். எல்லாம் போச்சு. எல்லாரும் போய்ட்டாங்க. வீட்டுக்காரன், குழந்தைங்க, ஆடு, மாடு, எல்லாம்..."

அவருடைய குரல் நடுங்கியது. வயதானவர்களில் பெரும்பாலானவர்கள் எல்லை கடந்து ஓடிவந்தவர்கள்தான் என்று அவர் சொன்னார். திரும்பிப் போவதற்கு முயற்சிக்கவில்லை. 'வந்த வழியை நினைத்தால் திரும்பிச் செல்ல முடியாது, பேட்டீ.' அவர் சொன்னார். 'நீ இப்போது பார்த்தது ஒரு காயம் மட்டும்தான். இன்னும் கீழே நெஞ்சில் ஆயிரம் காயங்கள் உண்டு. நேசிக்கப்படாமல் அனுபவிக்கப்படுவதைவிடப் பெரிய காயம் பெண்ணுக்கு வேறு என்ன இருக்க முடியும், மகளே?' அனுபவிக்கும்போது காதலை வாரி இறைக்கின்ற ஆணின் முகம் என் மனதில் தோன்றியது. மீண்டும் நரம்புகளில் விஷம் கொதித்தது. சமேலி பாயி பல் இல்லாத ஈறுகளைக் காட்டிச் சிரித்தார். 'நீ யாரை நினைக்கிறாய், மகளே? உன் முகத்தில் என்னவொரு கோபம்?' 'என்னுடைய பகைவனை', நான் முணுமுணுத்தேன்.

"பேட்டீ... பகைவனா? அப்படி யாரும் இல்லை. நாம பார்க்கறது எதுவும் நாம பார்க்கறதே இல்லை... எல்லாம் மாயை... பாரு, இந்த எறும்பைப் பாரு. பத்மாவுடைய உடம்பை அதுங்க தின்னு முடிச்சிட்டுதுங்க. அதனால என்ன? எறும்பு பத்மலதா ஆயிடுச்சா? இல்லை. எறும்பு தின்னு தீர்ந்தபோது பத்மலதா எறும்பாயிட்டாளா? அதுவும் இல்லை..."

நான் கண்கள் விரிய அவரைப் பார்த்தேன். மாதவன்மேல் சாய்ந்து நிற்கின்ற அழகிகளான எறும்புகளின் உருவம் நினைவில் தோன்றின. நான் பேச்சற்றவளாகி சுவர்களில் கண்களைப் பதித்து அழுக்கில் தோன்றுகின்ற கிருஷ்ணனின் உருவங்களை எண்ணினேன்.

வெண்ணெய் உண்ணுகின்ற உண்ணிகிருஷ்ணனுக்குக் கண்ணனின் முகமாக இருந்தது. பலராமனுக்கு உண்ணியுடையது.

பன்னிரண்டு ஆண்டுகள். எறும்பைப்போன்று ஒவ்வொரு நாளாக நான் நினைவுகளைத் தின்று களைத்த பன்னிரண்டு ஆண்டுகள். காலையில் யமுனையில் குளித்துவிட்டு பஜனை மண்டபத்துக்குச் செல்வேன். தலையில் அடித்துக்கொண்டு நான் பாடுவேன். "ஹரே ராம ஹரே ராம ராம ராம ஹரே; ஹரே ஹரே கிருஷ்ண ஹரே கிருஷ்ண கிருஷ்ண கிருஷ்ண ஹரே ஹரே."

இனிப்புப் பலகாரத்தை அரிக்கின்ற செவ்வெறும்புகளைப்போன்று ராதாகிருஷ்ணன் சிலையைச் சுற்றிலும் கருத்த, அழகற்ற மொட்டையடித்த பெண்கள். கசாப்புக்கடையில் மாடுகளைப் போன்று நெற்றியில் நாமம் சார்த்திய பத்தாயிரம் பெண்கள். தந்தையால் கணவனால் காதலனால் கைவிடப்பட்டவர்கள். அடைக்கலம் தேடுவோர். அகதிகள். கிருஷ்ணனின் பத்தாயிரம் காதலிகள். எனக்குச் சிலசமயம் சிரிப்பு வரும். பஜனை பாடும்போது பைத்தியம் விழித்தெழும். கடந்துவந்த வழிகளை நினைப்பேன். நான் நடந்த பாதைகள். டையும் கோட்டும் அணிந்து படித்த பள்ளி. வண்ணங்களை வாரி இறைத்த கல்லூரி. நுழைவுத் தேர்வு எழுதி சேர்க்கை பெற்ற தொழிற் கல்லூரி. என்னென்னவெல்லாம் படித்தேன், இந்தச் சிறிய வாழ்க்கையில். கடைசியில் இங்கே உருவிடுவதோ நான்கே நான்கு வரிகள்.

இன்று என்னுடைய அறைக்கு வாடகை நாள். ஐந்து ரூபாய். அலவன்ஸ் பத்து ரூபாய். பெருந்தொகை. காலையில் நான் ஒரு ரூபாய்க்கு பூ வாங்கி கைவிடப்பட்ட கோவிந்ததேவன் கோவில் நடையில் சமர்ப்பிப்பேன். அந்தக் கோவில் எனது காதலைப் போன்றது. பயனின்மையும் வெறுமையும். குட்டிகளை வயிற்றில் சுமந்துகொண்டு தாய்க்குரங்குகள் ஓடிவரும் இடம்.

நான் என் குழந்தைகளை நினைப்பேன். அவர்களைக் கருத்தரித்த இரவுகளை நினைப்பேன். மாதவனின் கண்களையும் அவனுடைய காதல் மொழிகளையும் வஞ்சனையையும் நினைப்பேன். என் உடல் ஒரு ஜடம். அதில் இருக்கும் ஒரே துடிப்பு அவனுடனான வன்மம் மட்டுமே. ஒருநாள் நான் கைமாறை நிறைவு செய்வேன். உடல் முழுக்க அழுக்குகளோடு அவன் வருவான். வன்மத்தின் கருத்த யமுனையில் நான் அவனை முக்கியெடுப்பேன். குழந்தைகளின் நினைவுகளைக் கழுவிக் களைவேன்.

உண்ணி பிறந்ததற்குப் பிறகுதான் வாழ்க்கை வழிமாறியது. அவனைக் கருத்தரிக்கும்போதுகூட நான் மனநிறைவாக இருந்தேன். மாதவன் பதவி உயர்வு பெற்றான். பணம் கொட்டியது. பெருமிதம் உயர்ந்து நின்றது. கிளாமர் இதழ்களில் மாதவனின் அழகான படங்கள் வழக்கமாக அச்சடிக்கப்பட்டன. உண்ணியைப் பெற்றெடுத்தது ஊரில்தான். மாதவனின் அம்மா என்னைக் கவனித்துக்கொண்டார். அவர் ஒரு சாது. மாதவனின் அப்பாவைப்பற்றி அவர் பெருமிதத்தோடு சொன்னார். மாதவன் கருவில் இருந்த காலத்தில் அவர் இறந்துவிட்டார். விதவையாகித்தான் அவர் பெற்றெடுத்தார். அப்பா இல்லாமல்தான் மாதவன் வளர்ந்தான். அவர் அதையெல்லாம் சொன்னபோது மாதவனைப்பற்றி எவ்வளவு குறைவாக எனக்குத் தெரியும் என்று நான் வேதனைப்பட்டேன். தெரிந்ததைவிடத் தெரியாததுதான் அதிகம். எனக்கு மாதவனைப் பற்றி ஒன்றும் தெரியவில்லை, ஒருநாள் நான் முறையிட்டேன்.

“ஒண்ணுந்தெரியாதா? எனக்கு நெஞ்சுல ஒரு மச்சம் இருக்குங்கறது உனக்குத் தெரியாதா? தொடையில் ஒரு தழும்பு இருக்கறது உனக்குத் தெரியாதா?”

“ஆமாம். இருபத்தேழு காதலிங்க இருக்காங்கங்கறதுகூட எனக்குத் தெரியும். இருந்தாலும்...”

‘இருந்தாலும்?’ மாதவனின் குரல் வாட்டமுற்றது.

“நீ என்னைக் காயப்படுத்தாதே துளசீ. என்னோட வாழ்க்கையில உனக்குத் தெரியாததுன்னு ஒண்ணுமே இல்லை.”

நான் முறையீடுகளை விழுங்கினேன். என்னால் அவனைத் துன்புறுத்த முடியாது. என்னை மகிழ்விப்பவனை நான் எப்படித் துன்புறுத்துவேன்? பிரசவம் முடிந்து தில்லிக்குத் திரும்பியபோது சமையலறையும் வரவேற்பறையும் வேறு ஏதோ வீட்டினுடையதைப் போன்று மாறியிருந்தது. ஒரு நண்பனும் மனைவியும் சேர்ந்து தங்கியிருந்ததாக மாதவன் நியாயப்படுத்தினான். வீட்டை நான் சுத்தம் செய்யும்போது, இரண்டாவது படுக்கை அறையில் கட்டிலுக்கு அடியில் இருந்து ஒரு கருப்பு பிரா கிடைத்தது. கேட்டபோது என்னை அவமானத்தோடு சேர்த்தணைத்து முத்தமிட்டான்.

“நீ என்னுடைய குழந்தைக்கு அம்மா. இருந்தாலும் உனக்கு என்மேல சந்தேகம்...!”

அவன் கேள்விகளை முத்தங்களைக் கொண்டு தடுத்தான். கீழடக்கி என்னைத் தோல்வியுறச் செய்தான். முத்தங்களுக்கும் கிச்சுக்கிச்சு மூட்டல்களுக்கும் இனிப்பான வார்த்தைகளுக்கும் இடையில் நான் கேள்விகளை மறந்தேன். இருந்தபோதிலும் எங்களுக்கு இடையில் கண்ணாடிச் சுவர் தடிமனாகிக்கொண்டிருந்தது. அதற்கிடையில் மாதவன் பத்திரிகையிலிருந்து தொலைக்காட்சிச் சேனலுக்கு மாறினான். மேலும் அதிகமாகப் பிரபலமடைந்தான். வெகுநேரம் கழித்தே வீட்டுக்கு வந்தான். அவசர அவசரமாகக் குழந்தையைக் கொஞ்சினான். அவசர அவசரமாக என்னை முத்தமிட்டான். சடங்காக உரையாடினான். குழந்தைக்குத் தொட்டிலாட்டிக்கொண்டு நான் மணிக்கணக்கில் அவனுக்காகக் காத்திருந்தேன். அவனுடைய ஆடைகளைத் துவைத்தேன், உணவு சமைத்தேன். அவ்வப்போது பொறுமை தகர்ந்து கடினமாக நடந்துகொண்டேன். கடும் சொற்களைப் பயன்படுத்தியபோது கலகத்திற்குத் தயாராகாமல் மாதவன் முத்தங்களால் எனது உதடுகளைப் பூட்டினான். பின்னர் விலகி நின்றான். கேள்விகளைத் தவிர்ப்பதற்காக எப்போதும் பரபரப்பாக இருந்தான்.

ஃபோன் பண்ணும்போது ‘துளசீ, ஐயம் பிஸி. வில் கால் லேட்டர். பேச முயற்சிக்கும்போது, நாட் நெள, லெட் மி ஃபினிஷ் ஸம் வொர்க்.’ இரவு படுத்திருக்கும்போது ‘தலைவலியா இருக்குது, நீ தூங்கிக்க’. விடிந்தது முதல் இரவு காலம் தாழ்ந்து அவன் வீட்டுக்குள் நுழையும் வரைக்கும் நான் காத்திருந்தேன். காலையில் எழுந்தால் ஓயாத ஃபோன் கால்கள். காலை உணவு உண்டவுடன் புறப்பட்டுவிடுவான். இரவு நேரம்கழித்துத் திரும்பி வருவான். சோர்வோடு கொட்டாவி விட்டுக்கொண்டு படுக்கையில் விழுவான். அருகில் நான் எரிந்துகொண்டு படுத்திருப்பேன். எனக்குக் காதல் தேவையாக இருந்தது. அவனுடைய மென்மையான உள்ளங்கையின் வருடல் தேவையாக இருந்தது. காதில் உதடுகள் சேர்த்துச் சொல்கின்ற காதல் துதிகள் தேவையாக இருந்தன. என் உடல் அவனுடைய தீண்டலுக்கு ஆசைப்பட்டது. ஒரு பெண் உடலாலும் இதயத்தாலும் பெருவிருப்புக் கொள்கின்ற அனைத்தையும் நான் அவனிடம் ஆசைப்பட்டேன். ஆனால், அவன் புறக்கணித்தான். தெரியாததுபோல் நடித்தான். முறையிடும்போது பிச்சைபோடுவது போன்று ஒவ்வொரு முத்தம் பரிசளித்தான்.

முகத்தைத் தூக்கி வைத்துக்கொள்ளும்போதும் திட்டும்போதும் சமரசம் செய்வதுபோன்று கலவிக்குத் தயாரானான். எங்கள் காதல் மறந்துவிடப்பட்ட பால்போன்று அடுப்பில் கொதித்துப் பொங்கிப் பாத்திரம் வெறுமையானது.

நான் வீட்டுக்குள் உளறிக்கொண்டு அலைந்தேன். சமையலறையில் வேலை செய்யும்போது உண்ணியுடன் ஓயாமல் பேசினேன். என் வாழ்க்கையைக் குறித்து. என் கனவுகளைக் குறித்து. எனது முட்டாள்தனங்களைக் குறித்து. ‘அம்மாவுக்கு யாருமில்லை உண்ணீ.’ அவன் மல்லாந்து படுத்துக்கொண்டு கை கால்களை அசைக்கும்போது நான் கெஞ்சலோடு பார்த்தேன். ‘நீ வளரும்போது என்னை நேசிக்கவேண்டும். நேசம் ஆத்மார்த்தமாக இருக்கவேண்டும். யதார்த்தமாக இருக்கவேண்டும். அம்மாவை நீ வஞ்சித்துவிடாதே. பொய் சொல்லி ஏமாற்றிவிடாதே.’ அவன் அதைக் கேட்டு விம்மினான். அவனுக்கு மாதவனுக்கு இருக்கும் கன்னக்குழி இருந்தது. இருந்தாலும் அவனுடைய முகத்தைப் பார்க்கும்போது எனக்கு எனது முகத்தைப் பார்ப்பது போலத் தோன்றியது. என்னுடைய சந்தேகப்படுகின்ற கண்களாக இருந்தன அவனுக்கு. என்னையும் உண்ணியையும் சுற்றிலும் வெறுமையும் ஆளரவமின்மையும் குளிர் காற்றுப் போன்று எப்போதும் வீசியது. நாங்கள் ஜடங்களைப் போன்று மரத்துப்போனோம்.

ஒருசமயம் மேசை டிராயரில் மிகப்பெருந்தொகை கந்துவட்டிக்குக் கடன் வாங்கியதற்கான பத்திரத்தைப் பார்த்தேன். ‘ஓ, அது சேனலோட தேவைக்காக. இட்ஸ் அஃபீஷியல்.’ மாதவன் சொன்னான். இரண்டு நாட்கள் கழித்து, மாதவன் பதினைந்து லட்சம் கடன் வாங்கி நடிகைக்குக் கொடுத்தான் என்று ஒரு சினிமா இதழில் இருந்த கிசுகிசு என் இதயத்துக்குள் பாரமாகத் தங்கிவிட்டது. மாதவனிடம் நான் அதைக் கேட்கவில்லை. அது எளிதாக இருக்கவில்லை. கண்ணாடிச் சுவர் கருங்கல்லினுடையதாக ஆகிவிட்டது. அப்படி நான்கு வருடங்கள். அவ்வப்போது அவன் மன்னிப்பு நிறைந்த புன்னகையோடு படுக்கையறைக்கு வந்தான். எனது எதிர்ப்புகளைத் துச்சமாக்கிக் கலவியில் ஈடுபட்டான். அவன் தீண்டியபோது இதயம் விம்மியது. உறவுக்குப் பிறகு அவன் கொட்டாவியுடனும் நான் கண்ணீருடனும் ஒருவரைவிட்டு ஒருவர் விலகினோம்.

அந்த நாட்களில் நான் வருத்தத்தோடு வினயனை நினைத்திருந்தேன். கண்டால் காலில் விழவேண்டும். பாதங்களைக் கண்ணீரால் கழுவவேண்டும். ஆனால், ஒருபோதும் பார்க்க வேண்டாம். ஆனாலும் பார்த்தேன். அவன் அமெரிக்க நிறுவனத்தின் தில்லி அலுவலகத்திற்கு இடம் மாறி வந்ததற்குப் பிறகு, ஒரு விருந்தில். புல்வெளியில் ஒரு மூலையில் இருந்த மேசையில் நான் தனித்திருந்தேன். மங்கிய வெளிச்சத்தில் தூரத்தில் மாதவன் நடுவயதுக்காரியான ஒரு பழைய காதலியின் தடித்த முதுகில் பாசத்தோடு தடவிக்கொடுத்தான். எனது முதுகில் ஒரு புழு ஊர்ந்தது.

வோட்காவை இரண்டாவது கிளாஸ் வாங்கும்போதுதான் வினயன் வந்தான். 'ஞாபகமிருக்கா' - அவன் கேட்டான். நான் வார்த்தைகள் வற்றிப்போய் உட்கார்ந்திருந்தேன். அவன் பருத்திருந்தான். கண்ணுக்குக் கீழாகக் கருவளையம் இருந்தன. நாற்காலியை இழுத்துப்போட்டு அவன் உட்கார்ந்தான். மாதவனின் நெஞ்சோடு சேர்ந்து பழைய காதலி துக்கங்களைப் பகிர்ந்துகொள்வதைப் பார்த்து, 'துளசி ரொம்ப மாடர்ன் ஆயிட்டா' என்று துக்கத்தோடு சிரித்தான். சேலை திருடப்பட்டது போன்று நான் கலக்கமுற்றேன். பின்னர் அவன் பிளாட்டுக்கு வந்தான். ஆறு வருடங்களுக்குள் நைந்துபோன வாழ்க்கையை அனுதாபத்தோடு பார்த்தான். வினயனை நான் மூடத்தனத்தை மறைத்து வரவேற்றேன். அப்போதும் திருமணமாகாது இருப்பதை அறிந்து அழுதேன். மன்னிக்க வேண்டும் என்று வேண்டினேன். வினயன் கண்ணாடியைக் கழற்றினான். கண்களைத் துடைத்தான்.

"பரவாயில்லை... ஆனால், நான் எதிர்பார்த்தது துளசி ரொம்ப சந்தோசம வாழறதைத்தான்... அப்படிப் பார்க்கறதுதான் சந்தோசம்..."

"எனக்கு என்ன வேணும்னு தெரியல, வினயன்..."

"ஒரு வேலைக்கு முயற்சி பண்ணு..."

அவன் போன பிறகு இரவு தூங்குகின்ற உண்ணிக்கு அருகில் நான் தனித்திருந்தேன். வினயனைக் கல்யாணம் செய்திருந்தால் என்று அன்று நினைத்தேன். விஞ்ஞானியாக அறியப்பட்டிருப்பேன். அல்லல்படாமல் வாழ்ந்திருப்பேன். மாதவனைப் போல வினயன் என்னை முத்தமிடாமல் இருந்திருக்கலாம். ஆனால், என் கண்

முன்னால் வேறு பெண்களின் ஆடை இடைவெளிகளில் அவன் தடவியிருக்கமாட்டான். மது குடிப்பதற்கு நிர்பந்திக்கக்கூடியவனாக இருந்திருக்கமாட்டான். இல்லாவிட்டால் யாருக்குத் தெரியும். அப்போதும் வாழ்க்கை திருப்தியில்லாமல் இருந்திருக்குமோ. வேறுவகையான திருப்தியின்மை. நான் என் வாழ்க்கையைக் குறித்துச் சிந்தித்தேன். கல்வி, வேலை, நான் வாழ்ந்திருக்கவேண்டிய வாழ்க்கை. திரிந்துபோன பால் போன்று கெட்ட வாடை நிறைந்ததானது, அது. ஒரு பெருமூச்சு இதயத்திலிருந்து எழுந்தது. நச்சுச் சுடர் போன்று அது என் நெஞ்சைச் சுட்டது. நாசமாக்கப்பட்ட ஒரு பெண்ணின் பெருமூச்சால் ஒரு வீட்டை எரிக்க முடியுமென்று எனக்குத் தோன்றியது. பிருந்தாவனத்தை அடைந்தபோது புரிந்தது, ஓ, இல்லை. அப்படியென்றால் பிருந்தாவனம் என்றோ சாம்பலாகியிருக்கும்.

வினயனின் பாதங்களில் முத்தமிடுவதற்கு அன்று எனது அகந்தை அனுமதிக்கவில்லை. அதைச் சாதித்தது பிருந்தாவனத்தில் வைத்துத்தான். சந்திப்பு எதிர்பாராததாக இருந்தது. மாதவன் எனது பாதங்களில் முத்தமிட்டதற்கு அடுத்த நாள். நிதிபனில் நான் ஒரு மீரா பஜனை உரக்கப் பாடிக்கொண்டு சாலையின் நடுவில் நாட்டியமாடிக்கொண்டு நடந்தேன்.

“நான் யாருடையதையும் திருடியதில்லை. யாரையும் காயப்படுத்தியதில்லை, பிறகு எதற்காக நீங்கள் என்னை அவமானப் படுத்துகிறீர்கள்? யானைமேலிருந்து இறங்கி நான் கழுதைமேல் ஏறுவேன் என்றா நீங்கள் நினைக்கிறீர்கள்?”

நான் அதைத் தாளமும் சுருதியும் தப்பிப்போக உரக்கப் பாடினேன். மது அருந்தியதுபோன்று லேசாக உணர்ந்தேன்.

அந்த நேரத்தில்தான் ஒரு பெரிய காருக்குள் இருந்து வினயன் தலையை வெளியே நீட்டி, ‘துளசீ’ என்று கூப்பிட்டான். நான் திகைத்துப் போனேன். அவன் கதவைத் திறந்து வெளியே வந்தபோது எனது சேலைத் தலைப்பு நழுவி மொட்டைத்தலை நிர்வாணமானது. எங்களுக்கு இடையே புகுந்து ஆட்டு மந்தை ஒன்று பாய்ந்து சென்றது. நான் மூடத்தனத்தை மறைத்துப் புன்னகைத்தேன். வினயன் என்னைப் பார்க்காதிருப்பதற்கு முயன்றான். அவன் கண்ணாடியைக் கழற்றிக் கண்களை அழுத்தித் துடைத்தான். அவனுக்குப் பின்னால் தொலைவில் கோவிந்ததேவன் கோவிலில் இருந்து பச்சைக் கிளிக்கூட்டம் பறந்தது. ஔரங்கசீப்

கொள்ளையடித்துச் சூனியமாகிப்போன கோவில். இருட்டையும் வௌவால்களையும் பெருச்சாளிகளையும் பார்க்கக்கூடிய ஓரிடம். நான் அதன் உட்புறத்தை நினைத்தேன். எண்ணிக்கையற்ற எத்தனையோ தீங்குயிர்கள். எத்தனையோ பிணந்தின்னி எறும்புகள்.

"துளசீ, என்னால இதைப் பார்க்க முடியல." வினயன் விம்மினான். நான் அவனைப் பார்த்தேன். பல் இல்லாத ஈறுகளைக் காட்டி அனுதாபத்தோடு சிரித்தேன். பிறகு வெறுந்தரையில் ஆட்டின் புழுக்கையும் சாணமும் எச்சிலும் சிறுநீரும் நிறைந்த பாதையில் மண்டியிட்டு வினயனின் பாதங்களில் தலை சாய்த்தேன். 'துளசீ' என்று அவன் மறுபடியும் சங்கடத்தோடு கூப்பிட்டான்.

"நான் துளசியல்ல. மீரா. மீராமாயி..."

"மாதவன் வருத்தப்படுறான்... துளசி மன்னிப்புக் கொடுக்கணும்..." வினயன் சொன்னான்.

"தாகமெடுத்துச் செத்தபிறகு கங்கை நீர் யாருக்கு வேணும், வினயா?"

"என்கூட வா... விவரமா பேசலாம்."

"மீராவோட பிருந்தாவனத்துல ஒரு ஆண் மட்டுந்தான் இருக்கிறான். மத்தவங்க எல்லாரும் பெண்கள்..."

நான் 'போலோ கிருஷ்ண கிருஷ்ண ஜெய்' என்று பிடிவாதத்தோடு உரக்கக் கத்தினேன். வினயனைத் திரும்பிப் பார்க்காமல் கோவிந்ததேவன் கோவிலுக்கு ஓடினேன். ஓடும்போது பித்துப் பிடித்ததுபோன்று உரக்கப் பாடினேன்.

'எனது இறைவன் கோவர்த்தனத்தைத் தூக்கினான்; எத்தனை எளிது, அவன் எனது உடலைக்கூட அசைக்கவில்லையே?'

கோவிந்த தேவன் கோவில் நடையில் மாலை மங்கும் வரைக்கும் நான் துடுக்குத்தனத்தோடு பிச்சை எடுத்தேன். விண்மீன்கள் எறும்புகளைப் போன்று ஆகாயத்தைச் சல்லடை போட்டுச் சலிக்கத் தொடங்கியபோது எழுந்தேன். காலியான பிச்சைப் பாத்திரத்துடன் திரும்பி நடந்தேன். நாளை நான் குரங்குகளுடன் சண்டையிடுவேன். குரங்குகள் என்னை எறும்புகளைப் போன்று அரிக்கும். எனக்குக் காயங்கள் வேண்டும். காந்திச் சீழ் பிடிப்பதற்கு இன்னும் காயங்கள்.

ஐந்து

காதல் பூதனை[1]யைப் போன்றிருந்தது. முலைகளில் விஷம் தடவி, லலிதா வேடம் பூண்டு, அது என்னையும் மார்போடு அணைத்துக்கொண்டது. கண்ணனுக்குப் பால் கொடுக்கும்போது எனக்கு உடல் தளர்ந்தது. அவனுக்கு ஒன்றரை வயது ஆகியிருந்தது. உண்ணிக்கு ஐந்து வயது. மாயிகரில் இரவு, சமேலி மாயியின் முதுகைத் தடவிக்கொடுக்கும்போது நான் நவம்பரில் வந்த அந்தக் குளிர் இரவைக் குறித்துத்தான் நினைத்துக் கொண்டிருந்தேன். அமாவாசை நெருங்கும்போது கடுமையாகின்ற ஆஸ்துமாவினால் சமேலி மூச்சுவிடச் சிரமப்பட்டார். நான் தூங்காது இருந்து அவருடைய முதுகை நீவிவிட்டேன். 'நீ போய்க்கோ பேட்டீ, உன்னோட உறவுக்காரங்க வந்திருக்காங்கில்லையா?' அவர் மூச்சிரைத்துக்கொண்டே கேட்டார்.

'அவள் போகமாட்டாள்,' நவநீதா அபின் தின்பதற் கிடையில் திட்டினார். 'கள்ள கிருஷ்ணன் அவளை விடமாட்டான்.' நான் எனது முன் பற்கள் உதிர்ந்த ஈறு காட்டிச் சிரித்தேன். "மாயீ, நான் இங்கே இரண்டறக் கலந்துவிடுவேன். என் நாதன் இங்கேதான் இருக்கிறார்." என் நாதன் பத்தாயிரத்தெட்டின் நாதன். ஆனால், அந்தச் சமயத்தில் பங்கே பீகாரியிடம் பாசம் தோன்றியது.

1. ஒரு அரக்கி, கம்சன் ஏவலை ஏற்றுக் கோகுலத்தில் இருந்த கண்ணபிரானுக்கு வஞ்சனையால் முலைப்பால் ஊட்டி மாய்க்க முயலுகையில் கண்ணனால் முலைவழியாக உயிருண்ணப்பட்டு மாய்ந்தவள்.

என்ன ஒரு குறும்பு. குழல் ஊதி அழைத்து பிருந்தாவனத்துக்கு மாதவனையும் வினயனையும் வரவைத்ததைவிடப் பெரிய குறும்பு என்ன இருக்கமுடியும்?

ஓ, இறப்பையும் உயிர்ப்பையும் கையாளுகின்ற கார்வண்ணனுக்குத் தெரியாதா, மீராவின் குமுறல்...

எனது குமுறல். நான் வினயனின் வேண்டுதலை நினைத்தேன். மன்னிப்புக் கொடுக்கவேண்டும். எனக்குச் சிரிப்பு வந்தது. காதலின் மற்றொரு பரிசோதனை. என்னவெல்லாம் பரிசோதனைகள்? கண்ணனைக் கருத்தரித்த காலம். மாதவன் பிளாட்டுக்கு வருவதை நிறுத்திவிட்டான். வீட்டுச் செலவுக்குப் பணம் பற்றாமல் போனது. இரண்டு வாரத்துக்குப் பார்க்காமல் இருந்தபோது நிறைமாத கர்ப்பிணியாக இருக்கும் நிலையில், ஒருநாள் நான் அவனுடைய அலுவலகத்துக்குச் சென்றேன். அதுவொரு வேதனை நிறைந்த பயணமாக இருந்தது. கையில் ஒரு குழந்தை, வயிற்றில் ஒரு குழந்தை. அவனவனைப் பற்றிய மதிப்புதான் தன்னம்பிக்கை. அவனுடைய சேனலின் வரவேற்பறையில் உட்கார்ந்திருக்கும்போது என்னுடைய எல்லாத் தன்னம்பிக்கையும் வடிந்துவிட்டது. ஐ.ஜி.யின் செல்ல மகள். சென்னை ஐ.ஐ.டி.யில் இருந்து முதல் ரேங்குடன் வெற்றிபெற்ற மாணவி செத்துப்போனாள். புறக்கணிக்கப் பட்டவளும் விவரம் கெட்டவளும் அழகற்றவளுமாகிய நான் அவமானத்துடன் காத்திருந்தேன். புதிய கோட் உடுத்து அந்தஸ்த்தோடு வந்த மாதவன் என்னைப் பார்த்து ஒரு நிமிடம் திகைப்புற்றான். வலிந்து திரட்டிய சிரிப்போடு 'எதுக்கு வந்தே, கூப்பிட்டிருந்தால் போதுமில்லையா' என்று கேட்டான். வீட்டிற்கு வரமுடியாததற்கு, தெரிந்தவளுடனோ, தூரத்துச் சொந்தக்காரியுடனோ சொல்வதுபோன்று என்னென்னவோ காரணங்களைச் சொன்னான். ஃபோன் பண்ணுவதற்கு முடியாமல் இருந்ததற்கு ஓய்வின்மையையும் கடும் வேலைப்பளுவுக்குப் பிறகு வரும் சோர்வையும் குற்றம் சாட்டினான். உண்ணியிடம் கை நீட்டி ஏதோ குசலம் விசாரித்தான். நான் அமைதியாகக் கேட்டுக்கொண்டிருந்தேன். பின்னர் துளியும் கோபமின்றிப் புன்னகைத்தேன்.

"நான், என்ன செய்யணும் மாதவன்? திரும்ப ஊருக்குப் போகட்டுமா?"

மாதவன் ஏளனமாகச் சிரித்தான். அந்தச் சிரிப்பு எனது தன்மானத்தைக் காயப்படுத்தியது. நான் காதலித்தவனாக இருக்கவில்லை, அவன். வேறொருத்தன். முற்றிலும் அந்நியன். அன்று திரும்பிச் செல்லும்போது என் கண்கள் எரிந்தன. ஆனால், கண்ணீர் வடியவில்லை. உண்ணி அமைதியாக எனது கையைப் பிடித்துக்கொண்டு தலைகுனிந்து நடந்தான். அவனுடைய முகம் என்னை மறுபடியும் சோர்வுறச் செய்தது.

நான் முதன்முதலாக அப்பாவுக்கு ஒரு கடிதம் எழுதினேன். ஒற்றை வரி. "பாதங்களில் விழுந்து மன்னிப்புக் கேட்கிறாள் மகள் துளசி."

கடிதம் கிடைத்ததும் அப்பா வந்தார். என்னையும் குழந்தையையும் ஊருக்கு அழைத்துச் சென்றார். அப்போது மாதவனின் ஃபோன் கால்கள் தொடர்ந்து வந்தன. 'என்னுடைய ரேஸர் எங்கே இருக்கு துளசீ? என்னுடைய டவல் எங்கே? என்னுடைய சட்டைகள்? பேண்ட்டுகள்? கோட்டுகள்? சாம்பல் நிறச் சட்டைக்கு எந்த கோட் சேரும், துளசீ? நீ என்னைத் தப்பா புரிஞ்சுக்கிட்டிருக்கே. இது ஒண்ணும் உண்மையல்ல, உன்னுடைய சந்தேகம் என்னைச் சோர்வடையச் செய்யும். ஒரு விசயத்தை மட்டும் புரிஞ்சுக்கோ. நீயும் குழந்தைங்களும் இல்லாம எனக்கு வாழ்க்கை இல்லை. நீதான் என்னோட சக்தி.' நான் கேட்கத் தவமிருந்த சொற்கள். கேட்டதும் இதயம் குளிர்ந்தது. எதுவும் நடக்கவில்லை, நான் நினைத்தேன். மாதவனால் வஞ்சிக்க முடியாது. நான் அவனுக்கு வெறும் ஒரு பெண்ணல்ல. பார்க்கும் இடத்திலெல்லாம் அவனைக் கண்டேன். தனித்திருக்கும்போது கண்கள் நிறைந்தன. இதயத்தில் இருந்த பாறாங்கல்லின் கனம் இரட்டிப்பானது. இதய நரம்புகள் இழுத்துத் தொங்கி எந்த நிமிடத்திலும் அறுந்துபோகும் என்று தோன்றியது. அவன் என்னை நேசிக்கிறான், நான் என்னுடன் வாதிட்டேன். அதற்கான ஆதாரங்களைப் பரப்பி வைத்தேன். ஆனால், அவனுடைய காதல். சிலசமயம் நான் என்னையறியாமல் கேட்டேன், ஒரு பெண்ணுடனான ஆணின் காதல் எது? அதுமட்டும் எனக்குப் புரியவில்லை.

பிரசவம் ஆனதும் மாதவன் பறந்து வந்தான். உண்ணியை மார்போடு அணைத்துக்கொண்டு உடைந்து அழுதான். கண்ணனைக் கொஞ்சினான். அவன் மாதவனைப் போன்றே இருந்தான். என்னை முத்தமிட்டு மன்னிப்புக் கேட்டான். குழந்தையைப் பார்க்காமல் தூங்க முடியவில்லை என்று முறையிட்டான். என்னைச் சந்தேக

நோயாளி என்று அவமதித்தான். என்னையும் குழந்தைகளையும் கூட்டிக்கொண்டு தில்லிக்குத் திரும்பினான். வாழ்க்கை மீண்டும் பழையது போலவே எறும்பு அரிக்கத் தொடங்கியது. நான் மாதவனைப்பற்றிச் சிந்திக்காமல் இருப்பதற்கு முயற்சி செய்தேன். அவன் குழந்தைகளின் தந்தையாக இருந்தான். இரவு வேலை முடிந்து வரவும் காலையில் வேலைக்குப் புறப்படவும் செய்கின்ற ஒருத்தன். விஷப்பற்களை இடுக்கியால் பிடுங்கி எடுத்துவிட்டுக் காதலை ஒரு கூடையில் அடைத்துக் கட்டிலுக்கு அடியில் ஒளித்து வைத்துவிட்டு நான் வீட்டுக்குள் உளறிக்கொண்டு அலைந்தேன்.

ஒரு பகலில் கண்ணனைக் குளிக்கவைத்து உணவு கொடுக்கும்போது அவள் உள்ளே வந்தாள். சேனல் தொகுப்பாளினி. அவள் உடைந்து அழுதாள். மாதவன் அப்போது பிரபல நாட்டியக்காரியைக் கைப்பிடித்திருந்தான். நான் ஒன்றும் நடவாததுபோல் கேட்டேன். ஆனால், அவள் கருவுற்றதும் கர்ப்பத்தைக் கலைத்ததும் கேட்டபோது எனக்குப் பைத்தியம் பிடித்துவிட்டது. 'இருந்தாலும் என்னால் அந்த மனிதனை வெறுக்க முடியாது, அக்கா.' அவள் அழுதாள். நான் வறண்ட ஒரு சிரிப்பைச் சிரித்தேன்.

"எனக்குப் புரியுது..."

"அக்கா, என்னால இனி வேற ஒருத்தனை நினைக்க முடியாது..."

"யாருக்கும் முடியாது..."

அவள் போனபிறகு நான் ஜடம்போல் உட்கார்ந்திருந்தேன். சின்னாபின்னமாகிவிட்ட வாழ்க்கை. அவன் எதற்காக என்னை அழித்தான்? நான் தீவிரமாக யோசித்தேன். நான் என்ன தவறு செய்தேன்? ஆனால், எந்தத் தவறை மற்ற முப்பத்திரண்டு பெண்களும் அவனிடம் செய்தார்கள்? அன்றிரவு நான் மாதவனுடன் சண்டையிட்டேன். அவனுக்குப் பெண்கள் சண்டையிடுவது பிடிக்காது. குரல் உயர்த்துவதும் பிடிக்காது. பெண்கள் அழகாக இருக்கவேண்டும். அவர்களை எப்போதும் சிரித்த முகத்தோடு பார்க்க வேண்டும். எனக்குச் சிரிப்பு வரவில்லை. என்னால் இனி ஒருபோதும் சிரிக்க முடியாது.

'எதற்காக அந்தப் பொண்ண அழிச்சே?' - நான் மாதவனிடம் கேட்டேன். அவன் வெறுப்போடு பார்த்துக்கொண்டு: 'நான் அவளை அழிச்சேனா? அவள் என்னைப் பயன்படுத்திக்கிட்டா. பாரு, துளசீ, வஞ்சிச்சது அவள்தான்.'

நான் தொட்டிலில் தூங்குகின்ற குழந்தையைப் பார்த்தேன்.

"அதேமாதிரி, இன்னொரு கண்ணன்."

மாதவன் கையில் இருந்த எதையோ எடுத்து வீசியெறிந்தான். 'ஐ ஹேட் யு.' அவன் கத்தினான்:

"வீட்டுக்குள்ள வந்தாலே நிம்மதி கெட்டுப்போகும். எப்பப் பாரு குற்றம் சாட்டுறது, சந்தேகப்படறது. யூ ஆர் ஸிக். நீ ஆம்பளைங்களப் பத்தி என்னதான் நினைச்சுக்கிட்டு இருக்கே? எப்பப்பார்த்தாலும் உன்னை மடியில உட்காரவச்சுக் கொஞ்சிக்கிட்டு இருப்பாங்கன்னா? ஸீ துளசி, பீ பிராக்டிகல். ஒரு ஆம்பளையாலயும் ஒரு பொண்ணோட மட்டும் நின்னுட முடியாது. தட்ஸ் த வே எ மேன் ஈஸ் பில்ட்."

"அப்போ பொம்பளைங்க?" நான் கேட்டேன்.

"தட்ஸ் டிஃபரண்ட். யு ஆர் ஜெனிட்டிகலி டியூண்ட்... எனக்கு வெறுத்துப்போச்சு..."

"எனக்கும்."

"நாம பிரிஞ்சிடலாம்..."

பிரிந்துவிடலாம் என்ற சொல் என்னைத் தலையில் அடித்து வீழ்த்தியது. நான் அதைக்குறித்துச் சிந்தித்தேன். மாதவனிடமிருந்து பிரியலாம். அதன்பிறகு? நான் வீட்டிற்குத் திரும்பிச் செல்கின்ற காட்சியை நினைத்துப் பார்த்தேன். கைக்கு ஒரு குழந்தை. தளர்ந்துபோன உடல். குழிவிழுந்த கண்கள். சகோதரிகளின் குடும்பங்களுக்கும் அப்பாவுக்கும் இடையில் எறும்பு அரிக்கின்ற வாழ்க்கை. வேண்டுமென்றால் வேலைக்குப் போகலாம். சம்பளம் வாங்கலாம். குழந்தைகளை வளர்க்கலாம். ஆனால், எதற்காக? மாதவன் கைவிட்டானென்றால், இந்த உலகத்தில் துளசிக்கும் இரண்டு மக்களுக்கும் என்ன முக்கியத்துவம் இருக்கிறது? காதலால் புனிதப்படுத்தப்பட்ட உடலுக்கு என்ன முக்கியத்துவம் இருக்கிறது? வாழ்வாதாரத்துக்காகக் காதலிப்பதாக நடித்தவள் அல்ல, நான். காதலுக்காக எல்லாவற்றையும் துறந்தவள். நான் வாழ்க்கையைக் கூட்டியும் குறைத்தும் மாற்றி எழுதுவதற்கு முயற்சி செய்தேன். அவனை மறப்பது கடினமாக இருந்தது. காயங்கள் ஆறுவது கடினமாக இருந்தது. செய்தித்தாளை எடுத்தால் அவனுடைய

பெயர். டி.வி.யைப் போட்டால் அவனுடைய முகம். நவம்பரில் அவன் மீண்டும் வந்தான்.

“எனக்கு உன்கிட்ட ஒரு விசயம் சொல்லணும்... ஐயேம் இன் டீரப் ட்ரபிள்.”

“சொல்லு.”

“பாமா வாண்ட்ஸ் மீ டு மேரி ஹர்...”

“ஓ.”

“எனக்கு ஒரு முடிவெடுக்கறதுக்கு முடியல துளசீ.”

நான் சிரித்தேன்.

“உன்னை மாதிரி வேற யாரும் என்னை நேசிக்க மாட்டாங்க. டைவர்ஸோட நெகடிவ் பப்ளிசிட்டி என்னோட கரியர பாதிக்கவும் செய்யும்.”

“அப்படீன்னா அவளைக் கைவிட வேண்டாம்.”

“துளசீ, அவள் உன்னை மாதிரியல்ல. நாடறிஞ்ச நாட்டியாக்காரி... அசாத்திய மேதை...”

எனக்குப் பைத்தியம் பிடித்தது. ‘ஆமாம், அசாத்திய மேதை.’ நான் அவனுடைய கழுத்தைப் பிடித்து ஆட்டினேன். ‘நானும் அப்படித்தானே இருந்தேன்? ஐ.ஐ.டி.யில் இருந்து ரெக்கார்டு மார்க்கோடு ஜெயித்த நானும் அப்படித்தானே இருந்தேன்? அதுக்கப்புறம்? உங்களுக்காக எல்லாத்தையும் விட்டெறிந்தேன். எனக்கு இன்று என்ன இருக்கிறது? அப்பாவுடைய தயவில் நானும் என்னுடைய இரண்டு குழந்தைகளும் வாழ்கிறோம். வெளியே போ. என் முன்னால் நிற்காதே. வெளியே போ.’

இரண்டு நாட்கள் கழித்து வினயன் வந்தான். ‘துளசீ, என்ன இதெல்லாம்?’ அவன் கேட்டான். ‘விவாகரத்துக்கு துளசிகிட்டச் சொல்லிச் சம்மதிக்க வைக்கணும்னு மாதவன் கட்டாயப்படுத்துகிறான்.’ நான் வெடித்துச் சிரித்தேன். சிரித்துச் சிரித்து என் கண்களில் நீர் நிறைந்தது. ‘துளசீ, ரிலாக்ஸ்.’ வினயன் சங்கடத்தோடு சொன்னான்.

“சரி, நான் சம்மதிக்கிறேன்.” நான் சொன்னேன்.

"அதுக்கப்புறம் துளசி என்ன செய்வே?" வினயன் கேட்டான்.

"என்னால இனி என்னதான் செய்ய முடியாது?"

நான் திரும்பவும் சிரித்தேன். அன்றிரவு நான் ஒரு வோட்கா குடித்ததற்குப்பிறகு மாதவனை அழைத்தேன்.

"பாமாவையும் கூட்டிக்கிட்டு நாளைக்கு ஏதாவது ரெஸ்டாரெண்டுக்கு வாங்க. நாம எல்லாத்தையும் செட்டில் பண்ணிடலாம்."

"பாரு, துளசி, அவள காயப்படுத்தாதே."

"எதுக்கு?"

"உன்னைச் சங்கடப்படுத்த வேண்டாம்னு நினைச்சேன். ஆனால், சொல்லாம இருக்கறது வஞ்சனை இல்லையா? பாரு, அவ கர்ப்பமா இருக்கா..."

"கங்ராட்ஜுலேஸன்ஸ்..."

நான் ஃபோனை வைத்தேன். அழுவதற்குத் தன்மானம் இடம்கொடுக்கவில்லை. அதனால் சிரிக்க முயன்றேன். நான் குழந்தைகளை வாரியெடுத்து முத்தமிட்டேன். கிச்சுக்கிச்சு மூட்டி அவர்களைச் சிரிக்க வைத்தேன். எனது உடல் எரிந்தது; நடுங்கியது. கண்களில் இருந்து எரிகின்ற கண்ணீர் பெருக்கெடுத்தது. நான் குழந்தைகளுக்கு ஓயாது முத்தம் கொடுத்தேன். என் கணவன் மீண்டும் தந்தையாகப்போகிறான். விம்மலில் உதடுகள் கோணின. குழந்தைகள் என்னை வியப்போடு பார்த்தனர். காலையில் நான் அவர்களைக் குளிக்கவைத்து நல்ல ஆடைகளை அணிவித்தேன். வெளியில் கூட்டிச் சென்றேன். ஐஸ்கிரீம் வாங்கிக் கொடுத்தேன். விளையாட்டுப் பொருட்கள் வாங்கிக் கொடுத்தேன். பூங்காவுக்குச் சென்று விளையாடினோம். திரும்பி வந்து குழந்தைகளோடு சேர்ந்து கூடாரம் செய்து விளையாடினேன். பிறகு அவர்களுக்குப் பால் கொடுத்தேன்.

கண்ணன் வெள்ளை வெளேரென்ற குழந்தையாக இருந்தான். அவனுக்கு மாதவனின் பெரிய கண்களும் நீண்ட கண்ணிமைகளும் இருந்தன. அவன் மாதவனைப் போலவே எப்போதும் இனிமையாகப் புன்னகைத்தான். விஷம் சேர்த்த பாலை நுகர்ந்தபோது அவன் மூக்கைச் சுளித்தான். நான் அப்போது

பூதனையின் கதையைச் சொன்னேன். என்னுடைய குரலில் இயல்புக்கு மாறான நடுக்கம் இருந்தது. கதை கேட்டுக்கொண்டு அவன் பாலைக் குடித்தான். ஒரு சிறிய விக்கல், அசௌகரியம். சற்றே வியர்த்தது. பின்னர் கொட்டாவி விட்டுக்கொண்டு என் நெஞ்சில் சாய்ந்தான். கை விரலை வாயில் வைத்துக்கொண்டு பெரிய கண்களைத் திறந்து என் கண்களையே பார்த்தான். கண்ணிமைகள் தொட்டால்சிணுங்கி இலைகளைப் போன்று கூம்பின. அவனைத் தொட்டிலில் படுக்கவைக்கும்போது நான் வெற்றுடலானேன். பின்னர் நான் உண்ணியைக் கூப்பிட்டேன். அவன் கேள்விகள் இல்லாமல் பால் குடித்தான். "கசக்குது" என்று முறையிட்டபோது நான் மறுபடியும் சர்க்கரை சேர்த்தேன். அது, சொன்னேனில்லையா நவம்பர் மாதம். நல்ல குளிர்காற்றுள்ள இரவு.

உண்ணியையும் கண்ணனையும் எனது மார்போடு அணைத்துக்கொண்டு நான் நீண்ட நேரம் படுத்திருந்தேன். கண்ணீர் ஒழுகியதென்று நினைக்கிறேன். நான் அவர்களுடன் நிறைய பேசினேன். உலகத்தைப் பற்றி, வாழ்க்கையைப் பற்றி, அவர்களை வயிற்றில் சுமந்து நடந்த நாட்களைப் பற்றி, அவர்களுடைய அப்பாவைப் பற்றி. அந்த மனிதனுடனான எனது நிலைக்காத காதலைப் பற்றி. செத்துப்போன என் குழந்தைகள். அவர்களுடைய உடல்கள் எனது சூடான நெஞ்சில் மெல்ல மெல்லக் குளிர்ந்தன. கண்ணன் அப்போதும் விரல் கடித்துக்கொண்டிருந்தான். அவனது விரலில் இருந்து ரத்தம் முழங்கை வழியாக ஒழுகியது. நான் அவனுக்குத் திரும்பவும் முத்தம் கொடுத்தேன். நம்மால் விட்டுக்கொடுக்க முடியாது, மக்களே. அப்பாவைத் தோற்கடிக்கவேண்டும். புறக்கணிக்கப்படுவதற்கு முன்பு நாம் புறக்கணிக்கவேண்டும். பிரிவின் வலியைக் கொண்டு அப்பாவையும் புனிதப்படுத்தவேண்டும்.

பின்னர் நான் கதவைப் பூட்டிவிட்டு வெளியே சென்றேன். ஒரு நட்சத்திர விடுதியின் கார்டன் ரெஸ்டாரெண்டில்தான் மாதவனையும் பாமாவையும் சந்தித்தேன். நான் மலர்ந்து சிரித்தேன். ஏதோ தம்பதிகளைப் போன்று அவர்களை வரவேற்றேன். அவர்களுக்கு இனிப்பு வழங்கினேன். மாதவன் தலைகுனிந்து அமர்ந்திருந்தான். பாமா மூச்சுவிடச் சிரமப்பட்டுக்கொண்டு சிரித்தாள். வெள்ளை டீ சட்டையும் சாம்பல் நிறத்திலுள்ள பேண்ட்டும் உடுத்து மாதவன் அழகாக இருந்தான். மஞ்சள்

நிறத்தில் முத்தும் ரத்தினமும் அலங்கரித்த சுடிதார் உடுத்திய பாமா அதைவிட அழகாக இருந்தாள். நான் கோபத்தோடு பார்த்தேன். கச்சிதமான உடல். அழகான முகம். என்னை நேசித்தது போன்றே அவன் அவளையும் நேசிப்பான். நகைச்சுவை சொல்லிச் சிரிக்கவைப்பான். சிரித்துக் களைப்படைகின்றபோது அவனுக்குக் காமம் விழிக்கும். அவனுடைய முத்தம். நீண்ட கண்ணிமைகளுள்ள கண்கள். பறவையைப் போன்ற கதகதப்பான மார்பு.

என் இதயம் துடித்தது. நான் அவனை இந்த அளவுக்குக்குக் காதலித்திருக்கக்கூடாது. இந்த அளவுக்குச் சார்ந்திருக்கக்கூடாது. யாரும் யாரையும் அதிகமாகக் காதலிக்காதீர்கள். எனக்கு என்னுடையதைத் தவிர வேறு எந்தக் காதலிலும் இஷ்டமில்லை. விவாகரத்துக்கான கூட்டு மனுவில் நான் வன்மத்துடன் கையெழுத்திட்டேன். எத்தனை கட்டுப்படுத்தியும் ஒரு பெருமூச்சு வந்தது. அவர்கள் போவதற்காக எழுந்தார்கள்.

“நான் நாளைக்கு ஊருக்குப் போறேன். மாதவன், முடியுமானா என்னைக் கொஞ்சம் பிளாட்ல இறக்கிவிடு.”

“ஷ்யூர்.” மாதவன் சொன்னான்.

“பாமா வரவேண்டாம்.”

நான் அவளை இரக்கத்தோடு பார்த்தேன். காரில் இருக்கும்போது நான் விமானங்களையும் காலநிலையையும் குறித்துப் பேசினேன். அவன் எனக்கு உதவும் குணத்தோடு அடுத்த நாளுக்கான விமானங்களின் நேரத்தை விசாரித்துத் தெரிவித்தான். நானோ முந்தைய எங்களுடைய வாழ்க்கையைப் பற்றிச் சிந்தித்தேன். நான் சிரித்த சிரிப்புகள். நான் முத்தமிட்ட முத்தங்கள். அவனுக்கு அர்ப்பணித்த இதயம், வாழ்க்கை. இப்போது பிரியும்போது நான் ஒரு சூனியம். வேலை இல்லை, சம்பளம் இல்லை, வருமானம் இல்லை, அழகில்லை, ஆரோக்கியம் இல்லை, சிரிப்புகள்கூட இல்லை. இனி என்னால் ஒருபோதும் யாரையும் காதலிக்க முடியாது. என்னால் ஒருபோதும் யாரையும் மகிழ்விக்க முடியாது. பிளாட்டை அடைந்தபோது நான் சொன்னேன்:

“எனக்கு இன்னொரு ராத்திரியக் கொடுங்க. நம்முடைய காதலின் நினைவுக்கு,”

அவன் திடீரென்று சோர்ந்துபோனான். கண்கள் நிறைந்தன. கலவரமடைந்தான்.

“துளசீ, நான் தப்புப் பண்ணிட்டேன். எனக்குத் தெரியும். நீ என்னை மன்னிக்கணும்.”

“ஏய், என்ன தப்பு?” நான் அவனுடைய கன்னத்தை வருடினேன். ஆடைகளைக் களைந்தேன்.

“மாதவன் கிருஷ்ணன் இல்லையா? காதல்மயமானவன் இல்லையா? பிருந்தாவனத்திலிருக்கும் கிருஷ்ணன் மாதிரி காதலுக்கும் பக்திக்கும் அடிமையில்லையா?”

“மாதவன் உங்களுக்குத் தெரியாது, நீங்க காதலிக்கறது பொண்ணுங்களையல்ல. காதலை. அதனாலதான் உங்களால எந்தப் பெண்ணிலும் நின்றுவிட முடியல.” அவனுடைய நிர்வாணமான உடல். நான் அவனைத் தழுவிக்கொண்டேன். என்னால் இனி ஒரு ஆணையும் தழுவுவதற்கு முடியாது. நான் முணுமுணுத்தேன்.

“துளசீ, எனக்கு வலி இருக்குது.”

“எனக்கு வலியில்லை.”

“குழந்தைங்க எந்திரிச்சுக்குவாங்க.” அவன் அங்கலாய்ப்புடன் கட்டிலைப் பார்த்தான்.

“ஏய், இல்லை. இனி எந்திரிக்க மாட்டாங்க.” நான் சிரித்தேன்.

அவனை நான் முத்தமிட்டேன். ஆனால், அந்த முத்தத்தில் ஒரு நடிப்பும் இருக்கவில்லை. அவன் மீதான தீராத ஆசையும் போலியாக இருக்கவில்லை. அவன் என் முன்னால் சரணடைந்தான். பழையபடியே நேசித்தான். பழையபடியே கொஞ்சினான். அவ்வப்போது அவனுடைய கண்கள் நிறைந்தன. அவன் பலவீனமாகவும் கோழையாகவும் ஆனான். ‘தெய்வமே, நான் உனக்கு என்ன செஞ்சிட்டேன்?’ அவன் முணுமுணுத்தான். ‘டோண்ட் பீ ஸில்லி.’ நான் சிரித்தேன். நான் ஒரு அகதி. காதலை யாசித்தேன். நீங்க பிச்சை போட்டீங்க. உங்களுக்கு ஒரு பொண்ணையும் நிராகரிக்கறதுக்கு முடியாது.

அன்று இரவு முழுவதும் நாங்கள் நிர்வாணமாகக் கட்டித்தழுவிக்கொண்டு படுக்கையில் கழித்தோம். நான் அவனுடன் நிறைய பேசினேன். எட்டு வருடங்கள் சொல்லாமல்

போனதெல்லாம் சொன்னேன். நிறையச் சொல்லவேண்டியும் இருந்தன. அவன் ஒருபோதும் எனக்கு நேரம் தரவில்லை. அவனுக்கு எப்போதும் அவசரமாகவே இருந்தது. கடைசியில், இறுதி நாளில், விஷப்பல் பிடுங்கப்பட்டதாக இருந்தாலும் எனது காதல் படமெடுத்தது. நாங்கள் பாம்புகளைப் போன்று இணை சேர்ந்தோம். கலவிக்குப் பிறகு நான் சிரித்துக்கொண்டும் அவன் அழுதுகொண்டும் ஒருவரையொருவர் பிரிந்தோம். எனது மூளையில் காளியனை²ப் போன்று ஏதோ ஒன்று நெளிந்து புரண்டது. விஷம் என்னைப் பைத்தியக்காரியாக்கியது. இறுதியில் காலையில் அவன் கண் அயரத் தொடங்கியபோது நான் தட்டிக் கூப்பிட்டேன். 'மாதவா, பாரு, எறும்புகள்.' மாதவன் எரிச்சலுடன் கண்ணைக் கசக்கிக்கொண்டு எழுந்தான். நான் எறும்புகளின் சாரையைக் காண்பித்தேன். 'பிணந்தின்னி எறும்புகள்', நான் சொன்னேன். அவன் அலறினான். நான் நிர்வாணமாக இருந்தேன். நீண்ட கூந்தலை அவிழ்த்துவிட்டு நான் வெடித்துச் சிரித்தேன். அறையைச் சுற்றி ஓடினேன். என்னோடு சேர்ந்து பூமி சுற்றியது. எங்களுடைய கிங் சைஸ் கட்டில் சுற்றியது. மின்விசிறியும் சோஃபாவும் மாதவனின் காதலிகளின் காதல் கடிதங்களைப் பாதுகாத்து வைத்திருந்த அலமாரியும் சுற்றின. எனது குழந்தைகளின் எறும்பரித்த உடல்கள் சுற்றின. எல்லாம், எல்லாம் சுற்றின.

---

2. காளிந்தி(யமுனை) நதியில் வசித்திருந்த ஒரு கோரப் பாம்பு.

ஆறு

காதல் பூதனையைப் போன்று என்னைக் கொல்ல முயன்றது. முலைகளில் விஷம் தடவி பால் குடிக்க வைத்தது, நான் விஷம் குடித்தேன். பால் குடித்தேன். அவளுடைய குருதியையும்கூட உறிஞ்சிக் குடித்தேன். உறங்குகின்ற சமேலியையும் நவநீதாவையும் பார்த்துக்கொண்டிருக்கையில் எனக்கு அழுகை வந்தது. கட்டிக் கிடக்கின்ற முலைப்பாலால் எனது மார்பு விம்மியது. இதயம் உடைந்தது.

நண்பகல் நான் பிரஜ் கோவிந்த் சூப்பர் ஸ்பெஷாலிட்டி மருத்துவமனைக்குப் புறப்பட்டேன். மொட்டைத் தலையில் புடவைத் தலைப்பைப் போட்டு மறைத்துக் கொண்டு படிக்கட்டு ஏறினேன். மாதவனின் அறை வாயிலுக்குச் சென்றேன். அவன் தனியாகப் படுத்திருந்தான். என்னைப் பார்த்ததும் அன்போடு சிரித்தான். 'வா' என்று கைகளை நீட்டினான்.

"நீ வருவீன்னு எனக்குத் தெரியும் துளசீ." மாதவன் முணுமுணுத்தான்: "எனக்குத் தெரியும்."

நான் அமைதியாக அருகில் சென்றேன். அவனுடைய மிருதுவான உள்ளங்கைகளை எனது கரடுமுரடான கைகளால் தொட்டேன். மாயிகரில் இருக்கும் விதவைகளின் துணிகளைத் துவைத்தும் அவர்களின் சளியும் மூத்திரமும் விழுந்த தரை துடைத்தும் கரடுமுரடாகிப்போன கைகள். என்னுடைய பற்கள்

விழுந்து கண்கள் குழிவிழுந்ததுமான முகத்தை அவன் காதலோடு பார்த்தான். எனது நினைவில் அவனுடைய காதலிகளின் முகங்கள் ஒன்றன்பின் ஒன்றாகத் தோன்றின.

"நாம திரும்பிப் போகலாம்." மாதவன் சொன்னான்.

"உன்னைத்தவிர எனக்கு வேற யாருமில்லை."

நான் அப்போது குழந்தைகளை நினைத்தேன். விரல் கடித்தும் முகம் சுளித்தும் செத்துக்கிடந்த எனது மக்கள். நான் சிரித்தேன். "உண்மையாகவே துளசி, எனக்கு யாருமில்லை!" அவன் சொன்னான்: "நீ போன அன்றைக்கே எல்லாம் முடிஞ்சுபோச்சு. பாமா என்னைக் கைவிட்டுட்டா. பொண்ணுங்கன்னா இப்ப எனக்குப் பயம். ஸ்ட்ரோக் வந்து என்னுடைய ஒரு பாகம் தளர்ந்து போச்சு." நான் திரும்பத் திரும்பச் சிரித்தேன். சிரித்துத் தளர்ந்தேன். சிரிப்பை அடக்க முடியாமல் வெளியே வந்தேன். படி இறங்கும்போதும் கோவிந்த தேவன் கோவில் வாயிலில் நின்று பத்து ரூபாய்க்குப் பழம் வாங்கும்போதும் சிரித்தேன். காவல்காரனின் அறையில் இருந்து துடைப்பத்தை எடுத்துக்கொண்டு மூன்றாம் தளத்துக்கு ஏறும்போது சிரித்துக் குழைந்தேன். கீழே பிருந்தாவனத்தைப் பார்த்தேன். பாழடைந்து சுத்தமில்லாத பிருந்தாவனம். கல்லறைகள் போன்று கோவில்கள். அழுக்கடைந்த யமுனை. எறும்புகளைப் போன்ற குரங்குகள். காதல் பூதனையைப் போன்றது. முலைகளில் விஷம் தடவி, லலிதா வேடம் பூண்டு, பின்தொடரும். சிவப்புத் தூண்களுக்கு இடையில் கார்வண்ணன் இருளாகக் காத்திருந்தான். பறவை எச்சத்தின், வெளவால்களின் வாடைவீசும் இருள். சிவந்த மார்பிளின் குளிர்ந்த தரையில் நான் பழங்களை இறைத்தேன். குரங்குகள் ஓடிவந்துசேர்ந்தன. நான் அவற்றுடன் சண்டையிட்டேன். அவை எறும்புகளைப் போன்று என்னை மொய்த்தன. நாய்களைப் போன்று கடித்தன. கழுத்திலும் கை கால்களிலும் இருந்து குருதி பெருக்கெடுத்தது. நான் கிச்சுக்கிச்சு மூட்டலோடு சிரித்தேன். குழைந்து விழும்போது மாதவனை நினைத்தேன். குழந்தைகளை நினைத்தேன். அவனுடைய காதலிகள், தலை மொட்டையடித்துப் பற்கள் விழுந்து எலும்பும் தோலுமாகப் பிச்சைப் பாத்திரத்துடன் எறும்புகளைப் போன்று ஊர்வதைக் கற்பனை செய்தேன்.

மாதவன் என்னுடையவன். நான் இனியும் அவனைக் காதலிப்பேன். வன்மத்துடன் காதலிப்பேன். காதலால் தோற்கடிப்பேன்.

புனிதப்படுத்துவேன். இறுதியில், அவனுக்குள்ளேயே இரண்டறக் கலப்பேன். இந்தக் கதை அப்படி நிறைவுறும். ஒரு மீராசாதுவின் சுயசரிதை.

கோவிந்ததேவன் கோவிலின் மூன்றாம் தளத்தில், இருட்டிலும் ரத்தத்திலும் மூழ்கிக்கிடந்து, பிணந்தின்னி எறும்புகளில் இரண்டறக் கலப்பதற்கு நான் பித்தேறிக் காத்துக்கிடந்தேன்.

❖ ❖ ❖